இந்திய தேசப்பிரிவினை

சமூக அறிவியல் நூல் வரிசை

இந்திய தேசப் பிரிவினை

அனிதா இந்தர் சிங்

தமிழாக்கம்:
மா. சேது ராமலிங்கம்

nbt.india
एकः सूते सकलम्

நேஷனல் புக் டிரஸ்ட், இந்தியா

ISBN 978-81-237-5097-2

முதற்பதிப்பு 2007
இரண்டாம் பதிப்பு 2022 (சக 1944)

© அனிதா இந்தர் சிங்
தமிழாக்கம் © நேஷனல் புக் டிரஸ்ட், இந்தியா

Original Title : The Partition of India
Tamil Translation: Indhiya Daesap Pirivinai

ரூ. 105.00

வெளியீடு: இயக்குநர், நேஷனல் புக் டிரஸ்ட், இந்தியா
நேரு பவன், 5 இன்ஸ்டிடியூஷனல் ஏரியா, பேஸ்-II
வஸந்த் குஞ்ச், புதுதில்லி - 110070
வலைதளம்: www.nbtindia.gov.in

உள்ளடக்கம்

1. சர்வதேசக் கண்ணோட்டத்தில் தேசப்பிரிவினை — 1
2. இந்திய தேசப் பிரிவினை: சில கேள்விகள் — 6
3. தேசப்பிரிவினையின் பின்னணி: இந்தியாவின் வகுப்புவாதப் பிரச்சினை — 11
4. 1937 தேர்தல் — ஆட்சியில் காங்கிரஸ்; அதிகாரமில்லாத முஸ்லீம் லீக் — 19
5. இந்தியாவும் உலகப்போரும்: 1939-41: அரசியல் செயல்திட்டத்தில் 'பாகிஸ்தான்' சேர்ப்பு — 29
6. முஸ்லீம் லீக் முன்னேறுகிறது 1942-45 — 41
7. முஸ்லீம் லீகின் எழுச்சி: சிம்லா மாநாடு முதல் 1945-46 தேர்தல் வரை — 54
8. அமைச்சரவைத் தூதுக்குழுத் திட்டம் 1946 — 65
9. இடைக்கால அரசு, நேரடி நடவடிக்கை, வேவலின் நிலைகுலைவு எதிர்ப்புத் திட்டம் 1946-47 — 76
10. தேசப் பிரிவினைக்குப் பீடிகை: 1946 நவம்பர் முதல் 1947 பிப்ரவரி வரை — 87
11. பிரித்துவிட்டு வெளியேறுதல் — 95
12. நிறைவுரை — 105

1

சர்வதேசக் கண்ணோட்டத்தில் தேசப்பிரிவினை

1947இல் பிரிட்டிஷ் இந்தியா பிரிக்கப்பட்டது உலக வரலாற்றில் மிகவும் அமளியான நிகழ்ச்சிகளில் ஒன்று; அதைப் பற்றிய சர்ச்சை முடிவற்றது. பதினெட்டாம் நூற்றாண்டு தொடங்கி ஐரோப்பா, ஆசியா, ஆப்பிரிக்கா, மற்றும் மத்திய கிழக்கு நாடுகளில் நடத்தப்பட்ட தேசப் பிரிவினைகள் பலவற்றில் இதுவும் ஒன்று. மற்ற பல தேசப்பிரிவினைகளில் நிகழ்ந்தது போலவே இதிலும் பல்வேறு சமயப் பிரிவுகளுக்கிடையில் வன்முறை நடந்தது, தூண்டிவிடப்பட்டது. வேறெந்த தேசப்பிரிவினையையும் விட இதில் அதிக உயிர்ச்சேதம் ஏற்பட்டது. இந்திய தேசப் பிரிவினையில் கொல்லப்பட்டோர், புலம்பெயர்ந்தோர், உடமை இழந்தோர் ஆகியோரின் எண்ணிக்கை தெரிய வில்லை. உயிரிழந்தோர் இரண்டு லட்சம் பேர் என்பது முதல் 30 லட்சம் பேர் என்பது வரை பல்வேறு மதிப்பீடுகள் நிலவுகின்றன. 1946லிருந்து 1951 வரை இந்துக்களும் சீக்கியர்களுமாக சுமார் 90 லட்சம் பேர் பாகிஸ்தானிலிருந்து இந்தியாவுக்கும், சுமார் 60 லட்சம் முஸ்லீம்கள் இந்தியா விலிருந்து பாகிஸ்தானுக்கும் புலம் பெயர்ந்தார்கள்.

பிரிட்டிஷ் ஏகாதிபத்தியம் நடத்திய தேசப் பிரிவினைகள் நான்கில் இந்திய தேசப் பிரிவினையும் ஒன்று. மாறுபட்ட சமுதாயத்தினர் ஒன்றாக வாழ முடியாது என்று காரணம் கூறி பிரிட்டிஷ்காரர்கள், அயர்லாந்து, பாலஸ்தீனம் மற்றும் சைப்ரஸ் ஆகியவற்றையும் பிரித்தார்கள். பிரிட்டிஷ்காரர்கள் நடத்திய பிரிவினைகளுக்கு, சமய மற்றும் இன வேறுபாடுகள்

மட்டும் காரணமல்ல. நான்கு பிரிவினைகளுக்கான பேச்சு வார்த்தைகளின் போதும், இங்கிலாந்தின் தந்திரங்களையும் உத்திகளையும் தீர்மானிப்பதில் அவர்களது இராணுவ நோக்கங்களும் பங்கு வகித்தன.

முன்னதாக, பதினெட்டாம்-பத்தொன்பதாம் நூற்றாண்டுகளில் ஐரோப்பிய வல்லரசுகளுக்கிடையிலான போட்டிகள், போலந்தின் மூன்று பிரிவினைகளுக்கும் ஆப்பிரிக்கப் பிரிவினைக்கும் வழிவகுத்தன. 1991இல் பனிப்போரின் முடிவில் யுகோஸ்லாவியா திரும்பத் திரும்ப துண்டாடப்பட்டது. யுகோஸ்லாவியாவிலிருந்து உருவான நாடுகளில் போஸ்னியாவும் ஒன்று. செர்பியர்கள், க்ரோஷியர்கள், முஸ்லீம்கள் ஆகிய அனைவருமே சிறுபான்மையினராக இருந்த குடியரசு நாடு போஸ்னியா. இது செர்பியா - க்ரோஷியா என்று பிரிக்கப்பட்டு, அவற்றின் சர்வதேச எல்லைக்கோடு போரினால் முடிவு செய்யப்பட்டது. கொசாவா, செர்பியாவின் பகுதியாக இருக்குமா, அல்லது முஸ்லீம்களுக்கும் செர்பியர்களுக்கும் இடையே துண்டாக்கப்படுமா என 2006 வரை ஊகங்கள் நிலவின.

தேசப் பிரிவினை பற்றிய சர்சைகள் முடிவு பெறுவதே இல்லை. மாறுபட்ட சமுதாயத்தினர் இணைந்து வாழ்வதில் சிரமப்படும் இடங்களில் நிலப் பகுதிகளைப் பிரிவினை செய்வது பயன் தருமா? பிரிவினை என்பது, சிறிதும் ஒத்து வராமல் போரிடுவோரை பேச்சுவார்த்தைக்கு வரவழைக்கும்; போராட்டத்தை முடிவுக்குக் கொண்டு வரும், உயிர்ச் சேதத்தைத் தடுக்கும் என்பது பிரிவினை ஆதரவாளர்கள் வாதம். கசப்புணர்வு கொண்ட சமூகங்களுக்கு இணைந்து வாழாமலிருக்க சுதந்திரம் அளிப்பது வன்முறையைத் தவிர்க்கும்; ஒரு நாட்டை, இன அடிப்படையில் பிரிப்பது இரு புதிய அரசியல் அமைப்புகள் இன அடிப்படையில் ஒருமைப்பட்டு இருக்க உதவும்; எனவே தேசப் பிரிவினை முரண்பாட்டைக் கட்டுப்படுத்துவதற்கான ஒரு வழி என்பது இவர்கள் கருத்து.

ஆனால் தேசப் பிரிவினைகளின் நிதர்சனம் வேறானது. ஒரு நிலப்பரப்பை அடைவதற்காக குறைந்தது இரண்டு இனங்கள் ஆயுதப்போரில் ஈடுபடும்போது தேசப்பிரிவினை

கோரப்படுகிறது. 1992இல் செக்கோஸ்லோவோக்கியாவில் வெல்வெட் மணவிலக்கு (Velvet divorce) என்ற பெயரில் நிகழ்ந்ததுதான் வன்முறை இன்றி நடந்த ஒரே தேசப் பிரிவினையாகும்.

நிலப்பரப்பை இனம் அல்லது சமயத்தோடு இணைத்துப் பார்த்தால், தேசப் பிரிவினைகள் ஒற்றை இன நாடுகளை உருவாக்கியதே இல்லை. செர்பியர்கள், க்ரோஷியர்கள் மற்றும் முஸ்லீம்கள் ஆகிய சிறுபான்மையினரைக் கொண்ட குடியரசு நாடாகிய போஸ்னியா இன அடிப்படையிலான நாடுகளாக எப்படிப் பிரிக்கப்பட முடியும்? 1947இல், பிரிட்டிஷ் பஞ்சாப் பிரிக்கப்பட்டது மிகவும் குழப்பமானது. ஏனெனில் அந்தப் பிரதேசம் முழுவதும் இந்துக்களும், முஸ்லீம்களும் சீக்கியர்களும் விரவி இருந்தார்கள். இன்றும், இந்தியத் துணைக்கண்டத்திலிருந்து முஸ்லீம்களுக்கென்று உருவாக்கப்பட்ட பாகிஸ்தானில் இருப்பதைவிட அதிக முஸ்லீம்கள் இந்தியாவில் இருக்கிறார்கள். தேசப் பிரிவினைகள் அனைத்துமே, அதனால் உருவான சர்வதேச எல்லைக் கோட்டின் இருபுறமும் கலப்பான சமூகங்களையே அளித்திருக்கின்றன.

தேசப் பிரிவினைகள் நாடுகளுக்கிடையே தொடர்ச்சி யான மோதல்களுக்கு வழி வகுத்திருக்கின்றன. 1947இல் நடந்த பிரிட்டிஷ் இந்தியப் பிரிவினை, முதலாவது சர்வதேசப் பிரச்சினையாக கஷ்மீர் சிக்கலை ஐ.நா.வின் பாதுகாப்பு சபைக்குச் செல்ல வழிவகுத்தது. பாலஸ்தீன் மற்றும் சைப்ரஸ் இதைத் தொடர்ந்தன. தேசப் பிரிவினைகள் தொடரும் துயரங்களுக்கே வழிவகுத்தன — வட அயர்லாந்து மற்றொரு எடுத்துக்காட்டாகும்.

சர்வதேச அதிகாரிகள் தேசப் பிரிவினைகளை விரும்புவ தில்லை. ஏனென்றால் இவை எல்லைக் கோடுகளை வலிந்து மாற்றுகின்றன; பெருத்த மனிதாபிமானப் பிரச்சினைகளை உருவாக்குகின்றன. இன வேறுபாடுகள் மக்களை வளப் படுத்துகின்றன என்றும், ஆதிக்க அரசுகளும் மதவெறியுமே இனப்போராட்டங்களுக்கும் நிலப் பிரிவினைகளுக்கும் காரணம் என்றும் நம்புபவர்களை தேசப் பிரிவினைகள் மலைக்கச் செய்திருக்கின்றன.

பொதுவாக தேசப்பிரிவினைகளும் துண்டாடல்களும் ஆதிக்க அரசுகளிடமிருந்தே நடந்திருக்கின்றன. ஏனென்றால், ஆதிக்க அரசுகள் — ஏகாதிபத்தியமாக இருந்தாலும் இல்லாவிட்டாலும் — "பிரித்தாளும்" தன்மை உடையவை. ஆதிக்க ஆட்சியாளர்கள் கருத்திசைவை நம்புவதில்லை, கடைபிடிப்பதும் இல்லை. யுகோஸ்லாவியாவில் 1991க்கும் 1992க்கும் இடையே நடந்த ஏராளமான தேசப் பிரிவினைகளுக்கு அதன் ஆதிக்க அரசுப் பின்னணியே காரணம். இந்தியா, அயர்லாந்து மற்றும் பாலஸ்தீனத்தில் பிரிட்டிஷ் காரர்கள் நடத்திய பிரிவினைகளுக்கும் இதுவே காரணம். இந்த மூன்று பிரிவினைகளிலும், பின்னர் சைப்ரஸ் பிரிவினையிலும் இனக்கசப்பும் வன்முறையும் தொடர்ந்து இருந்துள்ளன.

தேசப் பிரிவினை கோருவோர், சமூகங்களுக்குள் அறிவார்த்தமான அல்லது அரசியல் வேறுபாடு கிடையாது; வெவ்வேறு இனங்களும் சமயங்களும் இணைந்து வாழ முடியாது; நாட்டினங்களும் (nations) நாடுகளும் தேவைப்பட்டால் வலிமையினால் ஒருங்கிணைக்கப்படுகின்றன — ஒருங்கிணைக்கப்பட வேண்டும் என்று நம்புகிறார்கள்.

குறிப்பிட்ட இன அடிப்படையிலான நாடு பற்றிய கருத்தினாலும் தேசப் பிரிவினைகள் உருவாகின்றன. தேசப் பிரிவினைவாதிகள், நிலப்பரப்பை இனம், பண்பாடு, மொழி அல்லது சமயத்துடன் இணைக்க முயன்றிருக்கிறார்கள். ஏனெனில், தேசப் பிரிவினைகள் எப்பொழுதுமே மாறுபட்ட சமூகங்கள் விரவி இருக்கும் நிலப்பரப்பில்தான் கோரப்பட்டிருக்கின்றன, நிகழ்ந்திருக்கின்றன; இவை ஆயுதப் போராட்டங்களுக்கு வாய்ப்பளிக்கின்றன.

உலக நாடுகளில் தொண்ணூறு சதவீதத்துக்கும் மேற்பட்டவை பல இனங்கள் கொண்டவை. பல்வேறு சமூகங்களையும் உள்ளடக்கி சமரசப்படுத்துவதற்கு, அனைத்து சமூகங்களின் அடையாளங்களையும் தேவைகளையும் நாடு பாதுகாக்கும் என்ற பரந்த பன்மைவாதக் கருத்து அவசியம். தனிமனித உரிமைகளை மதிப்பதும், பாதுகாப்பதும் இதற்கு முக்கியமானது. எந்த ஒரு சமூகத்துடனும் தன்னை இனம் கண்டு கொள்ளாத ஒரு மக்களாட்சி அரசு மட்டுமே

பெரும்பாலும் இதைச் செய்ய முடியும். இன, சமய அல்லது பண்பாட்டுப் பெரும்பான்மை என்பது, அரசியல் பெரும்பான்மையிலிருந்து மாறுபட்டது. அரசியல் பெரும்பான்மை, அனைத்து சமூகங்களின் குடிமக்களையும் கொண்டது.

உலகின் பல்வேறு பகுதிகளிலும் தேசப் பிரிவினைக்கு வழிவகுக்கும் சூழல்கள் நாடு மற்றும் சமய, இன, அல்லது பண்பாட்டுப் பிரிவினைக்கான காரணங்களோடு பின்னிப் பிணைந்தவை. மத அடிப்படையில் நிகழ்ந்தது போல் காணப்படும் 1947 இந்திய தேசப் பிரிவினைக்கு, பிரிட்டிஷ் காரர்களின் தேவைகளும், இந்திய அரசியல் கட்சிகளின் அரசியல் பிரிவினைகளும் இணைந்து அடிகோலியது ஏன்-எப்படி என்பதை இந்தச் சிறிய நூல் காட்டுகிறது.

2

இந்திய தேசப் பிரிவினை: சில கேள்விகள்

1946-47இல் இந்தியாவில் அதிகார மாற்றத்துக்கான பேரத்தில் ஈடுபட்ட மூன்று அணிகளில் முஸ்லீம் லீக்தான் வெற்றி கரமாக வெளி வந்தது. இந்தியத் துணைக்கண்டத்தில் இறையாண்மை கொண்ட ஒரு முஸ்லீம் நாட்டை உருவாக்கிய தேசப் பிரிவினை, முஸ்லீம் இனவாதம் அல்லது பாகிஸ்தான் தேசியவாதத்துக்கு ஒரு வெற்றிச் சின்னமாகியது. காங்கிரசுக்கும் பிரிட்டிஷாருக்கும் வெவ்வேறு காரணங் களால் அது தோல்வியானது. பாகிஸ்தான் என்பது காங்கிரசின் சமயச்சார்பற்ற இந்திய ஒருமைக் கொள்கைக்கு முரணானது; ஒன்றுபட்ட சுதந்திர இந்தியாவைத் தமது உலகாளும் திட்டத்துக்கான இராணுவத் தளமாகப் பயன் படுத்தலாம் என்ற பிரிட்டிஷாரின் திட்டத்தையும் பிரிவினை குலைத்தது. அரை நூற்றாண்டுக்குப் பிறகும், துணைக்கண்டம் ஏன், எப்படித் துண்டாடப்பட்டது என்பது தொடர்ந்த சர்ச்சைக்கான விஷயமாக இருந்து வருகிறது.

விவாதத்தின் பெரும்பகுதி, தேசப் பிரிவினையை விரும்பாத பிரிட்டிஷ்காரர்களும் தவறுக்கான பொறுப்பைப் பங்கிட்டுக் கொள்வதைப் பற்றியது. இந்தியர்கள், பிரிட்டிஷ் காரர்களின் பிரித்தாளும் கொள்கைகளைக் குற்றம் சாட்டினார்கள். இந்தியர்களும் பிரிட்டிஷ்காரர்களும் நேருவின் கொள்கைப் பிடிவாதம்தான் 1937இலும் 1946இலும் முஸ்லீம் லீக்கை அன்னியப்படுத்தியது என்று குறை கூறினார்கள். தாம் பிரிவினையைத் தவிர்க்க இயன்ற மட்டும் முயற்சி செய்ததாகவும், இந்தியக் கட்சிகள்தாம் பிரிவினைக்குப் 'பொறுப்பு' என்றும் பிரிட்டிஷ்காரர்கள் கூறிக் கொண் டார்கள்.

பிரிட்டிஷ் இந்தியா 1947இல் பிரிக்கப்பட்டதால் எழுந்த மிக முக்கியமான சில கேள்விகள்: தேசப் பிரிவினை என்பது பிரிட்டிஷ்காரர்களின் பிரித்தாளும் கொள்கையின் விளைவால் இந்துக்களுக்கும் முஸ்லீம்களுக்கும் இடையிலான வேறுபாடுகளின் தவிர்க்க இயலாத முடிவா? காங்கிரஸ்-முஸ்லீம் லீக் உடன்பாடு ஏற்படாமல் நிலைமை உள்நாட்டுப் போர் வரை ஏன் முற்றியது? காங்கிரஸ்-முஸ்லீம் லீக் இடையேயான தீர்க்க முடியாத அரசியல் வேறுபாடுகளால்தான் தேசப்பிரிவினை ஏற்பட்டதா? இறையாண்மை கொண்ட பாகிஸ்தான் என்ற கோரிக்கையை முன்வைத்த முஸ்லீம் லீகை தோல்வியுறச் செய்வதற்கு, பிரிவினையை விரும்பாத காங்கிரஸ் என்ன மாற்றுத் திட்டங்கள் வைத்திருந்தது?

முதல் கேள்விக்கான பதில் — இந்திய சமுதாயத்தில் மத்திய காலத்தில் இவை உள்ளார்ந்த இனங்களாகவே இருந்தனவா இல்லையா என்பதற்கு போதுமான சான்றுகள் சமூக உறவுகளில் கிடைக்கவில்லை. இந்தியாவில் இரு நாட்டினங்கள் (nation) எப்போதுமே இருந்ததில்லை, ஆனால் பெரும்பான்மை சிறுபான்மை சமூகங்கள்தான் இருந்தன என்று நிரூபிக்க முடியாவிட்டால், சமயச் சிறுபான்மையினர் ஒரு சமய நாட்டினமாக எப்போது உருவெடுத்தனர்? இறையாண்மை கொண்ட ஒரு முஸ்லீம் நாட்டுக்காக 1940இல் எழுந்த கோரிக்கை, பிறப்பெடுக்கத் திணறிக் கொண்டிருந்த ஒரு வரலாற்று நாட்டினத்தின் ஆவலின் வெளிப்பாடுதானா? எல்லாவற்றுக்கும் மேலாக, அகில இந்திய அரசியலில் ஜின்னா பெற்றிருந்த இடம் பிரிட்டிஷ்காரர்களின் தந்திரங்கள் மற்றும் தேவைகளினாலா, காங்கிரசின் தவறுகளாலா, அல்லது அடிமட்ட மக்கள் ஆதரவினாலா?

ஜின்னா பாகிஸ்தானை விரும்பி இருக்கலாம். ஆனால் ஒருவர் ஒன்றை விரும்புவதால் மட்டுமே அதை அடைந்துவிட முடியுமா? மற்றவர் அதைத் தரத் தயாராக இருக்கவேண்டும்; அல்லது அவர் அடைவதைத் தடுக்க இயலாதிருக்க வேண்டும். இறையாண்மை கொண்ட பாகிஸ்தான் கோரிக்கையை மார்ச் 1940இல் எழுப்பிய ஜின்னா அதற்குக் குறைவான எதையும்

ஒத்துக் கொண்டிருக்க முடியுமா? ஒத்துக்கொண்டிருந்தால் நிபந்தனைகள் என்னவாக இருக்கும்? பிரிட்டிஷ்காரர்களும் காங்கிரசும் தேசப் பிரிவினைக்கு எதிராக இருந்தார்கள் என்றால் ஜின்னாவை அவர்கள் ஏன் தடுக்க முடியவில்லை?

இந்திய தேசப்பிரிவினை பல்வேறு கருத்தார்வப் பிரச்சினைகளையும் எழுப்புகிறது. சமய அடையாளங்கள் பற்றிய சிந்தனையைக் குறிக்க 'வகுப்புவாதம்', 'சிறுபான்மையினர் பிரச்சினை', 'இந்து முஸ்லீம் பிரச்சினை' என்ற சொற்றொடர்கள் பயன்படுத்தப்பட்டன. மூலத்திலிருந்து மேற்கோள் காட்ட வேண்டியிருக்கும் இடங்களில் தவிர 'இந்து முஸ்லீம் பிரச்சினை' என்ற சொற்றொடரை நான் பயன்படுத்துவதில்லை. ஏனெனில் 1946-47க்கு முன் இவ்விரு சமூகங்களும் அனைத்துத் தளங்களிலும் பிரிவுபட்டிருந்தனர் என்பதற்கு தக்க சான்றுகள் கிடையாது. துணைக்கண்டத்தில் முஸ்லீம்களுக்கென்று ஒரு நாட்டை 1947இல் உருவாக்கி விட்டதாக முஸ்லீம் லீக் பறைசாற்றிக் கொண்டது இந்த சொற்றொடர் பயன்படுவதற்கான ஒரு காரணம். அப்படியானால் இந்தியா இந்துக்களுக்கு மட்டுமான நாடா? மேலும், 'இந்து முஸ்லீம் பிரச்சினை' என்ற தொடர் இந்துக்களும் முஸ்லீம்களும் முறையே இந்துக்கள் என்ற அளவிலும் முஸ்லீம்கள் என்ற அளவிலும் தத்தமுக்குள் ஒருங்கிணைந்த சமூகங்களாக இருந்தனர் என்ற கருத்தை உள்ளடக்கி யிருக்கிறது; சமூக-பொருளாதார-அரசியல் பண்பாட்டு விஷயங்களில் அவர்களது சமயம் ஏனையோரிடமிருந்து அவர்களைத் தனிமைப்படுத்துகிறது என்று குறிக்கிறது.

ஒரு வகையில் இது உண்மைதான். ஒருவர் தம்மை, இந்து, முஸ்லீம், சீக்கியர், கிறித்துவர் என்று அடையாளம் காணலாம். இதன் மூலம் மட்டுமே அவர் ஒரு சமூக-சமய-அரசியல் பிரச்சினையை உருவாக்கிவிட மாட்டார். எந்தச் சான்றும் இல்லாமல் ஒருமித்த சமய-அரசியல்-சமூக அல்லது பொருளாதார உணர்வு இருப்பதாகக் கற்பனை செய்து கொள்ளும்போதுதான் பிரச்சினை எழுகிறது. இதன் விளைவாக, ஒரு சமூகத்தில் அரசியல் அல்லது அறிவார்த்த மான வேறுபாடுகளுக்கு இடமில்லாமல் போகிறது. இப்படிப் பார்த்தால் காங்கிரஸ்-இந்து, இந்து மஹா சபை-இந்து,

கம்யூனிஸ்ட்-இந்து, காங்கிரஸ் எதிர்ப்பு-இந்து என்று இருக்கவே முடியாது. அதைப்போலவே, முஸ்லீம் லீக் ஆதரவு முஸ்லீம், முஸ்லீம் லீக் எதிர்ப்பு முஸ்லீம் என்று இருக்க முடியாது. முஸ்லீம் லீக் வாதிட்டபடி, அதை ஆதரித்தவர்கள் மட்டுமே முஸ்லீம்களாக இருக்க முடியும்.

மக்கள் தொகைக் கணக்கெடுப்பு முடிவுகளின் அடிப் படையில் சமயம் சார்ந்த சிறுபான்மையினர்–பெரும் பான்மையினர் என்பதற்கும், அரசியல் செயல் திட்டங்களுக்கு அரசியலில் கிடைக்கும் ஆதரவின் அடிப்படையிலான அரசியல் பெரும்பான்மையினர் என்பதற்கும் உள்ள வேறுபாட்டையும் நாம் புரிந்து கொள்ள வேண்டும். சான்றாக, வடமேற்கு எல்லைப்புற மாகாணத்தில் (NWFP) 1937இல் முஸ்லீம்கள் சமயம் சார்ந்த பெரும்பான்மையினராக இருந்தனர். ஆனால், முஸ்லீம் லீக் அரசியல் சிறுபான்மையாக இருந்தது. இந்தியா–பாகிஸ்தான் பிரிவினை பற்றி நாம் விவாதிக்கும்போது இந்த வித்தியாசம் முக்கியமான ஒன்று.

1947இல் இந்துக்களுக்கும் முஸ்லீம்களுக்கும் இடையே அரசியல் பிளவு ஏன் ஏற்பட்டது; முஸ்லீம்களுக்கும் சீக்கியர்களுக்கும் இடையே ஏன் சற்று குறைவாக ஏற்பட்டது; இந்துக்களுக்கும் கிறித்துவர்களுக்கும் இடையே அல்லது முஸ்லீம்களுக்கும் கிறித்துவர்களுக்கும் இடையே ஏன் ஏற்படவே இல்லை என்பன போன்ற கேள்விகளை "சிறு பான்மையினர் பிரச்சினை" என்ற சொற்றொடர் எழுப்புகிறது. இது, அரசியல் தொடர்புடனும் அடிக்கடி பயன்படுத்தப் பட்டிருக்கிறது. பிரிட்டிஷார் உருவாக்கிய அரசமைப்புச் சாசனத்தில், முஸ்லீம்கள் தமது சமய-பண்பாட்டு-சமூக-பொருளாதாரத் தேவைகளைக் காத்துக்கொள்ளும் வண்ணம் அரசியலில் இடம் தரப்படும் என்ற வாக்குறுதியை முஸ்லீம் சிறுபான்மையினருக்கு மட்டுமே பிரிட்டிஷ்காரர்கள் வழங்கினார்கள். இது போன்ற வாக்குறுதி ஏனைய சிறு பான்மையினருக்கு அளிக்கப்படவில்லை.

"சிறுபான்மையினர் பிரச்சினை" என்பது தவறான பொருள் தருவது. ஏனெனில், இது தேசிய அளவில் முஸ்லீம்களை மட்டுமே குறிக்கிறது; கிறித்துவர்கள், சீக்கியர்கள், பார்சிக்கள் மற்றும் பிற சிறுபான்மையினரைக்

குறிப்பதில்லை; ஏன், முஸ்லீம் பெரும்பான்மை உள்ள பகுதிகளில் இந்துக்களையும் குறிப்பிடுவதில்லை. இதற்கு ஒரு ஆதாரம்: முஸ்லீம் சிறுபான்மையினர் இருந்த பகுதிகளில் காங்கிரஸ் 'சிறுபான்மையினர் துறை' என்று வைத்திருந்தது. ஆனால் முஸ்லீம் பெரும்பான்மையினர் இருந்த பகுதிகளில் இப்படி எதுவும் வைத்திருக்கவில்லை — அப்படி வைத்திருந்தால், பின்னர் பாகிஸ்தானின் முதுகெலும்பாய் ஆகவிருந்த முஸ்லீம் பெரும்பான்மைப் பகுதிகளில் முஸ்லீம்களின் ஆதரவைக் கோருவதற்கு அது மனோரீதியான தடையாக இருந்திருக்கலாம். இந்து-சீக்கியர், அல்லது கிறித்துவர்-சீக்கியர் என்றெல்லாம் இல்லாமல், இந்து-முஸ்லீம் பிரச்சினை பற்றி மட்டுமே விவாதங்கள் நடந்ததற்கு இப்படிப்பட்ட வகைப் படுத்தல்தான் காரணமாக இருக்கும். 1947க்கு முன் இந்த சமூகங்களுக்கிடையே எந்த அரசியல் பூசலும் ஏற்பட்டதில்லை. பிரிட்டிஷ்காரர்கள் ஏன் முஸ்லீம்களுக்கு மட்டும் அரசியல் அமைப்பு வாக்குறுதி அளித்தார்கள்? இறுதியாக, ஆனால் முக்கியமாக, எப்போது தேசப் பிரிவினை தவிர்க்க இயலாததாக ஆகியது?

3

தேசப்பிரிவினையின் பின்னணி: இந்தியாவின் வகுப்புவாதப் பிரச்சினை

இந்திய சமுதாயத்தில் வகுப்புவாதம் உள்ளார்ந்தது என்று நிரூபிக்க இயலாவிட்டால், 1947இல் இந்திய அரசியல் ஏன் தேசப் பிரிவினை ஏற்படும் அளவுக்குப் பிளவுபட்டு நின்றது என்று நாம் துருவிப் பார்க்க வேண்டும். பிரிட்டிஷ்காரர்கள் இந்தியாவைப் பிரித்தாண்ட பல்வேறு வழிகளிலிருந்து இக் கேள்விக்கான விடையின் ஒரு பகுதி கிடைக்கும்.

பிரித்து ஆளுதல்: "இந்து" காங்கிரசுக்கு எதிராக "முஸ்லீம்" எதிர்ப்பை உருவாக்குகிறார்கள் பிரிட்டிஷார்

பிரித்து ஆளுதல் என்பது ஏகாதிபத்திய ஆட்சியாளர்களின் அடிப்படைத் தந்திரம். ஏனெனில் அவர்கள் எப்போதுமே கருத்தொற்றுமையின் அடிப்படையில் ஆள்வதில்லை. பிரிட்டிஷ்காரர்களின் கொள்கை, இந்துக்களையும் முஸ்லீம் களையும் "பிரிப்பதை" விட, காங்கிரஸ் பிரதிநிதித்துவம் செய்த "இந்து" தேசியத்துக்கு எதிராக காங்கிரஸ்-எதிர்ப்பு "முஸ்லீம்" கருத்துகளை ஊக்குவித்து அதற்கு முக்கியத்துவம் அளிப்பதில் தான் அதிக முனைப்புக் கொண்டிருந்தது.

அவர்கள் இந்தியாவை இந்து-முஸ்லீம் என்ற அரசியல் மற்றும் பண்பாட்டின் இரு தனிப்பிரிவுகளாகக் கண்டார்கள்; விவாதித்தார்கள். முஸ்லீம் அரசர்களிடமிருந்து ஆட்சியைக் கைப்பற்றியதால் முஸ்லீம்கள் அனைவரும் தமது ஆட்சிக்கு எதிராக இருப்பார்கள் என்று பிரிட்டிஷ்காரர்கள் எதிர் பார்த்தார்கள். தம்மை வீழ்த்துவதற்காக 1857இல் இராணுவக் கலவரத்தை முஸ்லீம்கள்தான் தூண்டிவிட்டனர்; மீண்டும் அவ்வாறு செய்யக்கூடும் என்றும் அஞ்சினார்கள்.

நிலச்சுவான்தார்கள், ஆட்சியாளர்கள் ஆகிய முஸ்லீம் மற்றும் இந்துப் பழமைவாதிகளுக்கும் இந்தியக் குடி யானவனுக்கும் பொதுவானது என்று எதுவும் இல்லை என்று பிரிட்டிஷ்காரர்கள் நம்பினார்கள். தமது முன்னாள் பெருமை மீள வேண்டும் என்பதுதான் முஸ்லீம் உயர் வர்க்கத்தினர் விருப்பம்.

காங்கிரஸ் 1885இல் உருவானபோது பிரிட்டிஷ்காரர்கள் பார்வையில் அதன் "ராஜதுரோக"த்துக்கு ஈடுகொடுக்கும் வகையில் பழமைவாத முஸ்லீம்கள் தேவைப்பட்டார்கள். சட்ட அவையை விரிவுபடுத்துதல், தேர்வு வழியாக குடிமைப் பணியில் (ICS) நுழைதல், பிரிட்டிஷ் காலனி ஆதிக்கப் பொருளாதாரத்தை விவாதித்தல் முதலானவை உள்ளிட்ட காங்கிரஸ் கோரிக்கைகளால் பிரிட்டிஷ்காரர்கள் பெரிதும் கலவரமடைந்தார்கள். ஒரு நாள் ஆங்கிலேயர் அனைவரையும் இந்தியாவிலிருந்து வெளியேற்றுவதற்கான முயற்சிதான் இது என்று சில பிரிட்டிஷ் அதிகாரிகள் கருதினார்கள்.

எனவே, பழமைவாத முஸ்லீம்கள் காங்கிரசை எதிர்ப்பதை அரசப் பிரதிநிதிகள் (வைஸ்ராய்கள்) வரவேற் றார்கள். 1885இல் அரசப்பிரதிநிதியாக இருந்த டஃப்ரின் பிரபு, செல்வாக்குள்ள முஸ்லீம்களை அதிக அளவில் வேலைக்கு அமர்த்துவதில் விருப்பம் காட்டினார். காங்கிரசில் இருந்து முஸ்லீம்களை அன்னியப்படுத்த அரசு முயற்சி செய்யவில்லை என்று இவர் தெரிவித்தார்; இது உண்மை யாகக்கூட இருக்கலாம். ஆயினும் பழைமைவாத முஸ்லீம் களுக்கு காங்கிரசின்பால் இருந்த எதிர்ப்புணர்வு பற்றிய தமது திருப்தியை பிரிட்டிஷ் அதிகாரிகள் மறைக்க முடியவில்லை.

இந்துப் பழமைவாதிகளும் காங்கிரசுக்கு எதிராக இருந்தார்கள். பிரிட்டிஷ்காரர்கள் அதை "இந்து எதிர்ப்பு" என்று ஏற்றுக் கொள்ளவில்லை; அதை மதச்சார்பற்ற வழியில் வகைப்படுத்தினார்கள். 'வங்காளிகள்', 'பாரிஸ்டர்கள்'. 'பத்திரிகை ஆசிரியர்கள்', 'புரட்சிக்காரர்கள்', 'நிலப் பிரபுக்கள்', 'மன்னர்கள்', 'ராஜபுதனத்து ஆளும் பிரிவினர்', மற்றும் 'மிகச்சிறந்த முறையில் வாழ்ந்து பழகிய பழைமைவாத இந்துக்கள் மற்றும் முஸ்லீம்கள்' என்று வகைப்படுத்தினர்.

இந்து மஹா சபைகூட காங்கிரசை எதிர்த்தது. ஆனால்

பிரிட்டிஷ்காரர்கள் அதைக் கணக்கில் எடுத்துக் கொள்ள வில்லை. பிரிட்டிஷ்காரர்கள் காங்கிரசை "இந்து" என்றும், தனக்கு விசுவாசமான முஸ்லீம்களின் காங்கிரஸ் எதிர்ப்பை "இந்து காங்கிரசுக்கு எதிரான முஸ்லீம் எதிர்ப்பு" என்றும் பொத்தாம் பொதுவாக அடையாள அட்டை ஒட்டினார்கள். விசுவாசமுள்ள இந்துக்களின் காங்கிரஸ் எதிர்ப்பை பிரிட்டிஷ்காரர்கள் புறக்கணித்தார்கள்; அரசியல் ரீதியாக இது அவர்களுக்கு சாதகமாக இருக்காது என்பதே இதற்குக் காரணம் என்று ஊகிக்க வேண்டியிருக்கிறது.

சான்றாக, 1930களில் காங்கிரசின் பொருளாதாரத் திட்டங்கள் காலத்தை மீறிய முற்போக்கானவை என்று இந்து மஹா சபை, முஸ்லீம் லீக் இரண்டுமே கருதின. 1930க்குப் பிறகு, பிரிட்டிஷ் ஆட்சியுடனிருந்த அனைத்து உறவுகளையும் துண்டித்து, முழுச் சுதந்திரம் அடைய வேண்டும் என்று காங்கிரஸ் பேசத் தொடங்கிய பின்னரும், இந்து வகுப்பு வாதிகள், முஸ்லீம் வகுப்புவாதிகள் என இரு தரப்பினருமே பிரிட்டிஷ் ஆட்சியை விரும்பினார்கள்.

பிரிட்டிஷ் இந்தியாவின் அரசமைப்புச் சாசனத்தை உருவாக்கும் பணி, 'மாட்சிமை பொருந்திய பேரரசருடைது' என்று 1935இல் இந்து மஹா சபை கருதியது. பரந்து விரிந்த பிரிட்டிஷ் சாம்ராஜ்யத்தின் நலன்களுக்காக இந்திய நலன்கள் பலியிடப்படவேண்டும்; பிரிட்டிஷ் பேரரசு என்பது பெரிய அரசியல் சக்தி என்று வி.டி சாவர்க்கர் கருதினார். இந்திய தேசம் என்ற அடிப்படையில் பேசிக் கொண்டிருந்தவர் களை — அதாவது காங்கிரசை — குறுகிய மனப்பான்மை கொண்டவர்கள் என்று குற்றம் சாட்டினார். இதற்கு முன் 1932இல் இரண்டாவது வட்ட மேசை மாநாட்டில் முகமது அலி ஜின்னா, முழு விடுதலையைக் கோரிய காங்கிரசைக் கட்டுப்படுத்துவதற்காக, பிரிட்டிஷ்காரர்கள் இந்தியாவுக்கு டொமினியன் அந்தஸ்து வழங்க வேண்டும் என்று கருத்துத் தெரிவித்தார்.

இந்து மஹா சபையைத் தனது முதல் எதிரியாக முஸ்லீம் லீக் கருதுவதை பிரிட்டிஷ்காரர்கள் ஊக்குவிக்கவில்லை. அதனால் அவர்களுக்கு பயன் ஏதும் இருந்திருக்காது. இந்து மஹா சபை, தீவிர இந்து வகுப்புவாதிகளின் முன்னணி

அமைப்பு; ஆனால் பிரிட்டிஷ் ஆட்சியை மாற்ற அது முயலவில்லை. சொல்லப் போனால் தனது அரசியல் ஆதாயத்துக்காக பிரிட்டிஷ்காரர்கள் கையை எதிர்நோக்கி இருந்தது. காங்கிரசின் தேசியப் போராட்டத்தை எதிர்க்க வேண்டிய அமைப்பாக, பிரிட்டிஷ்காரர்கள் இந்து மஹா சபையை விட்டு, முஸ்லீம் லீகுக்கு அங்கீகாரம் அளித்தார்கள் என்பது கவனிக்க வேண்டிய ஒரு விஷயம். 1939 அக்டோபர் 7 அன்று, பதவி விலகப் போவதாகக் காங்கிரஸ் அச்சுறுத்திய போது, பிரிட்டிஷ்காரர்களைத் தாஜா செய்வதற்காக, காங்கிரசின் இடத்தை நிரப்ப தமது கட்சி தயாராக இருப்பதாக உதவிக்கரம் நீட்டினார் வி.டி. சாவர்க்கர். அப்போதைய அரசப்பிரதிநிதி லின்லித்கோ பிரபு, இதற்கு நன்றி பாராட்டுவதற்கு மாறாக வியப்படைந்தார். இந்து மஹா சபையின் இந்த ஆலோசனையை அவர் ஏற்கவேயில்லை.

1905ஆம் ஆண்டு, வங்காளத்தைப் பிரிப்பதற்கான தீர்மானத்துக்கு, அந்த மாகாணத்தில் வளர்ந்திருந்த தேசியப் போராட்டத்தை பலவீனப்படுத்தும் நோக்கமும் ஒரு காரணம். வங்காளப் பிரிவினை, தேச ஒற்றுமையைக் குலைக்கும் என்று காங்கிரஸ் குற்றம் சாட்டியது. பிரிட்டிஷ் அதிகாரிகளுக்கோ, இது அந்தத் திட்டத்தின் மிகப்பெரிய நற்பலன்; அத்துடன், இந்தப் பிரிவினை, முஸ்லீம்களைத் திருப்திப்படுத்தும்; அவர்கள் காங்கிரஸ் பக்கம் ஈர்க்கப்படும் வாய்ப்பைக் குறைக்கும்.

ஆனால், வங்காளப் பிரிவினை, தேசியப் போராட்டத்தை பலவீனப்படுத்துவதற்குப் பதிலாக அதை மக்களின் புரட்சி இயக்கமாக மாற்றி விட்டது. இந்தப் பிரிவினைக்கு எதிரான போராட்டத்தின் கடுமையின் விளைவாக, காங்கிரசை சமாளிக்க புதிய அரசியல் அமைப்புகளை உருவாக்கி பழமை வாதிகளின் அணியை ஏற்படுத்த வேண்டும் என பிரிட்டிஷ் காரர்கள் சிந்திக்க வேண்டி வந்தது.

1909இல் சமய அடிப்படையில் தேர்தல் முறை அமைக்கப் பட்டபோது, இந்துக்களுக்கும் முஸ்லீம்களுக்கும் மாறுபட்ட சமய-சமூக-அரசியல்-பொருளாதாரத் தேவைகள் இருக் கின்றன என்று நியாயப்படுத்தப்பட்டது. சமயப் பிரிவு இல்லாத தேர்தல் முறையில் காங்கிரஸ் ஆதரவு முஸ்லீம்கள்

தேர்ந்தெடுக்கப்படலாம். சமயப்பிரிவின் அடிப்படையிலான தேர்தலில் பழமைவாத முஸ்லீம்கள் வெற்றி பெற வாய்ப்பு உண்டு. காங்கிரஸ் பிரதிநிதித்துவம் செய்த படித்த மத்தியதர வர்க்கத்தினருக்கு எதிராக இவர்கள் இருப்பார்கள்.

இந்தத் தேர்தல் முறை, மதரீதியான எதிரணிகளை — குறிப்பாக, இந்துக்களுக்கும் முஸ்லீம்களுக்கும் மாறுபட்ட பொருளாதார நலன்கள் இருந்த இடங்களில் — முறையாக நிறுவியது. சான்றாக, பஞ்சாபில் பெரும்பாலான இந்துக்கள் நில உடைமையாளர்களாகவோ, வணிகர்களாகவோ அல்லது வட்டிக்குக் கடன் கொடுப்பவர்களாகவோ இருந்தனர். எனவே, விவசாய நிலத்தை பிற வழிகளில் பயன்படுத்துவதைத் தடைசெய்ய முயன்ற 1900-ன் நில உடைமை மாற்றல் சட்டம் இந்துக்களின் அதிருப்தியைச் சந்தித்தது.

வகுப்புவாத வன்முறையின் சிக்கலான அம்சங்கள்

இந்துக்களுக்கும் முஸ்லீம்களுக்கும் இடையிலிருந்த பொருளாதாரப் போட்டிகள் வகுப்புக் கலவரங்களின் வடிவில் வெளிப்பட்டன. அரசியல் தலைவர்கள் மற்றும் அமைப்புகள் மக்களை ஈர்க்கும் வகையில் விடுத்த மதச்சார்புடைய உரத்த வேண்டுகோள்களால் உருவான வகுப்புவாத வன்முறை, உயிர்களுக்கும் உடைமைகளுக்கும் சேதம் விளைவித்தது. வகுப்புவாதப் பிரச்சினையின் மிகக்கசப்பான கோரமான வெளிப்பாடுகள் பெரும்பாலும் இவைதாம். சமய விஷயங்களைச் சரியாகப் புரிந்து கொள்ளாமை, அல்லது பத்திரிகைகள் மற்றும் அரசியல் அமைப்புகளின் திட்டமிட்ட செயல்பாடு முதலியவை கலவரங்களைத் தூண்டிவிட்டன. இவை பொது மக்களைப் பாதித்தன என்பது இருபதாம் நூற்றாண்டில் ஆச்சரியமான செய்தி அல்ல. பொது மக்கள் தேசிய இயக்கத்துக்கு வலிவூட்ட முடியுமானால், மதப்பிரச்சாரத்தின் வாயிலாகவும் அவர்களை மாற்ற முடியும், பின்னர் சமயச் சார்புடைய அமைப்புக்களுக்கு அவர்கள் ஆதரவைப் பெற முடியும் என்று கருதப்பட்டது. 1937 தேர்தலில் ஏற்பட்ட படு தோல்விக்குப்பிறகு முஸ்லீம் லீக் புரிந்து கொண்டபடி, ஒரு அரசியல் கட்சியின் வெற்றி என்பது பொதுமக்கள் ஆதரவைப் பொறுத்தே இருக்கிறது.

வகுப்புக் கலவரங்களில் பொதுமக்கள் ஈடுபட்டது உண்மைதான். ஆனால் தேசிய இயக்கத்தில் வெகுமக்களின் பங்கு பரவியதன் விளைவாகவே இந்தக் கிளர்ச்சிகள் தவிர்க்க இயலாததாகி விட்டன என்று நினைத்து விடக்கூடாது. அரசியல் மற்றும் சமயக் கிளர்ச்சியாளர்கள் அல்லது பத்திரிகைகள், தமது திட்டங்களைச் செயல்படுத்துவதற்காகவே பெரும்பாலும் வகுப்புக் கலவரங்களைத் தூண்டி விட்டன என்பதற்கான சான்றுகள் இருபதாம் நூற்றாண்டின் துவக்கத்திலிருந்தே இருக்கின்றன. இது மட்டுமல்லாமல், வகுப்புக் கலவரங்களின் போது அரசியல் அமைப்புகள் சமூக விரோதக் கும்பல்களின் மூலம் ஏற்பாடு செய்த கொள்ளை, தீவைப்பு, கத்திக்குத்துகள் முதலியனவும் நடைபெற்றன. இதன் மூலம் வகுப்புக் கலவரங்கள் திடீரென நடப்பவை அல்ல என்பது தெளிவாகிறது. உதாரணமாக, 1917ஆம் ஆண்டு செப்டம்பரில், ஷாஹாபாத் மாவட்டத்தில் பக்ரீத் பண்டிகையின் போது நடந்த கிளர்ச்சி பற்றி இந்திய அரசு அறிக்கை வெளியிட்டது. பசு வதை பற்றி இந்துக்களும் முஸ்லீம்களும் ஒரு உடன்படிக்கை ஏற்படுத்தி இருந்தார்கள். என்றாலும் இப்ராஹிம்பூர் கிராமத்தில் இந்துக்கள் முஸ்லீம்களைத் தாக்கி உடமைகளைச் சூறையாடினார்கள். அந்தக் கும்பல்களுக்கு சிறு நில உடமையாளர்கள் பெரும்பாலும் தலைமை தாங்கினார்கள்; யானை அல்லது குதிரையில் அமர்ந்து நிகழ்ச்சிகளை வழி நடத்தினார்கள்.

வகுப்புவாத வன்முறைக்குப் பின்னணியில் பெரும்பாலும் அரசியல் காரணங்களும் அரசியல் தலைவர்களும் இருந்தது உண்டு. 1926இல் நடந்த கல்கத்தா கலவரம், அரசியல் காரணங்களுக்காக இரு தரப்பினராலும் முன்கூட்டியே திட்டமிடப்பட்டதாகத் தெரிகிறது என்று வங்காள அரசு கருதியது.

மக்களுக்குப் பயன்தரும் பொருளாதார, பண்பாட்டு அல்லது சமூக சீர்திருத்தத் திட்டங்கள் எதுவும் வகுப்புவாத அமைப்புகளுக்கு இருந்ததில்லை. இந்து மஹா சபையின் முக்கியத் தலைவர்களில் ஒருவராகிய பாய் பரமானந்த், இந்துக்களில் ஒரு குறிப்பிட்ட வர்க்கத்துக்குள் மட்டுமே அடங்கி இருந்ததால்தான் இந்து மஹா சபை மக்களின்

கவனத்தை ஈர்க்க முடியவில்லை என்று ஒப்புக் கொண் டிருக்கிறார். அது பொது மக்கள் மீது தாக்கத்தை ஏற்படுத்த வில்லை. அரசியல் வெற்றிக்குப் பொது மக்கள் ஆதரவு தேவை என்பதை 1937 தேர்தல் தோல்விக்குப்பின் உணர்ந்ததால்தான் முஸ்லீம் லீக் சமூக பொருளாதாரச் சீர்திருத்தத்துக்குத் திட்டம் வகுக்கத் தொடங்கியது.

இந்துக்கள் – முஸ்லீம்கள் என இரு தரப்பின் வகுப்புவாத அமைப்புகளுமே சமரசம் மற்றும் இணைந்து வாழ்வது என்ற எண்ணத்துக்கே இடமில்லாமல், இந்து-முஸ்லீம் இருவரும் தனித்தனி நாட்டினங்கள் என்று கருதின. ஆனால் காங்கிரஸ், இந்திய வரலாற்றிலேயே முதன் முறையாக, அனைத்து வகுப்புகளையும் வர்க்கங்களையும் உள்ளடக்கிய இந்திய தேசத்தை உருவாக்க வேண்டும் என்று முனைந்தது.

சமயச் சார்புடைய குழுக்களின் அடிப்படையில் இந்தியர்கள் அதிகாரம் பெறுவதை காங்கிரஸ் எதிர்த்தது; முற்போக்கான ஏகாதிபத்திய எதிர்ப்புக் கொள்கையை — குறிப்பாக 1920களுக்குப் பின் கடைபிடித்தது. ஆனால் காங்கிரஸ் ஏகாதிபத்திய கட்டமைப்புக்குள்ளிருந்து செயல் பட்டது; அதன் வரம்புகளுக்குக் கட்டுப்பட்டிருந்தது. எனவே காங்கிரஸ்காரர்களின் சிந்தனைகளும், செயல்களும் சில வேளைகளில் முன்னுக்குப்பின் முரணானதாக இருந்தன. அனைத்து இந்தியர்களையும் பிரதிநிதித்துவம் செய்த காங்கிரஸ், முஸ்லீம்களை மட்டுமே பிரதிநிதித்துவம் செய்ததாகக் கூறிக்கொண்ட முஸ்லீம் லீகுடன் பலமுறை பேரம் பேச அமர்ந்தது வியப்பு அளிப்பதாகவும் குழப்பம் தருவதாகவும் இருந்தது. பின்னர் 1940களில் காங்கிரஸ் தலைவர்கள் பாகிஸ்தான் என்ற கருத்துக்கு எதிராக இருந்தனர். ஆனால் ஜின்னாவை, பிரிட்டிஷ்காரர்களுக்கு எதிராகச் சேர்த்துக் கொள்ளலாம் என்ற நம்பிக்கையில் பாகிஸ்தான் பற்றி அவருடன் பேசத் தயாராக இருந்தனர். இதன் விளைவாக பாகிஸ்தான் கருத்தின் முக்கியத்துவம் அதிகரித்ததுதான் கிடைத்த பலன். இதுபற்றி பிறகு பார்க்கலாம். 1945க்கு முன்பே பெரும்பான்மை முஸ்லீம்களின் சார்பில் பேசுவதற்கு முஸ்லீம் லீகுக்கு உரிமை இல்லை என்று காங்கிரஸ் அறிந்திருந்தது; எனினும், ஏகாதிபத்தியத்துக்கு

எதிரான போராட்டத்தில் தன்னுடன் முஸ்லீம்களையும் சேர்த்துக் கொள்ளலாம் என்று நம்பி வந்தது. பெரும்பான்மை இந்தியர்களைத் தாம் பிரதிநிதித்துவம் செய்கிறோம் என்ற வாதத்தை எதிர்கொள்ள, பிரிட்டிஷ்காரர்கள் வகுப்பு வாதத்தைப் பயன்படுத்தக்கூடும் என்று காங்கிரஸ் அறிந் திருந்தது. இதன் விளைவாக, முஸ்லீம் லீகுடன் தனக்கு இருந்த வேறுபாடுகளைச் சரிசெய்து கொள்ள அவ்வப்போது முயற்சி செய்தது.

1937க்குப் பிறகு வகுப்புவாதப் பிரச்சினையின் இயல்பு மாற்றம் அடைந்தது. 1937 தேர்தலில் காங்கிரசுக்குக் கிடைத்த வெற்றி, பெரும்பான்மை முஸ்லீம் வாக்காளரின் ஆதரவை முஸ்லீம் லீக் பெறமுடியாமல் போனது, பிரிட்டிஷ்காரர்கள் என்றாவது ஒரு நாள் இந்தியாவை விட்டுச் சென்று விடுவார்கள் என்ற வாய்ப்பு, அப்போது ஆட்சி யார் கைக்கு வரும் என்ற கேள்வி — இவை அனைத்தும் வகுப்புவாதப் பிரச்சினைக்கு புதிய வடிவம் கொடுத்தன. முஸ்லீம்களின் அரசியல்-சமூக-சமய-பொருளாதார விருப்பங்களை சுதந்திர முஸ்லீம் நாடு மட்டுமே நிறைவு செய்ய முடியும் என்ற கருத்து உறுதிப்படுத்தப்பட்டது; பிரிட்டிஷ்காரர்கள் வெளியேறிய பிறகு, இந்தியாவை இரு நாடுகளாக்க வேண்டும் என்ற கோரிக்கையை முஸ்லீம் லீக் 1940க்குப்பிறகு தீவிரப்படுத்தியது.

4

1937 தேர்தல் – ஆட்சியில் காங்கிரஸ்; அதிகாரமில்லாத முஸ்லீம் லீக்

காங்கிரஸ்-முஸ்லீம் லீக் இடையே ஆழமான அரசியல் வேறு பாடு இருந்த இரு முக்கிய பிரச்சினைகளிலிருந்தே தேசப் பிரிவினை எழுந்தது. பிரிட்டிஷ் ஆட்சியைப் பற்றிய அவர்களது கருத்து; இந்தியா யாரால், எப்படி ஆளப்பட வேண்டும் என்பது பற்றிய அவர்களின் எதிர்நோக்கு ஆகியவையே இந்தப் பிரச்சினைகள். முதலாவதாக, 1935 இந்திய அரசுச் சட்டத்தின்கீழ் நடந்த மாநில சட்டசபைத் தேர்தலுக்கு முன்பும் அதன் பின்பும் இந்த வேறுபாடுகள் எப்படி உருவாயின? இரண்டாவதாக, தேர்தலுக்குப் பிறகு, ஐக்கிய மாநிலத்தில் காங்கிரஸ்-முஸ்லீம் லீகுக்கு இடையே ஒரு கூட்டாட்சி ஏற்பட்டிருக்க முடியும், ஆனால் நேருவின் தத்துவார்த்தப் பிடிவாதம்தான் இது ஏற்படாமல் செய்தது என்று பலர் வாதிட்டிருக்கிறார்கள். 1937இல் ஐக்கிய மாகாணத்தில் கூட்டாட்சிக்கான பேச்சுவார்த்தைகளின் தோல்விதான் முஸ்லீம் லீகை 1940 மார்ச்சில் பாகிஸ்தான் கோரிக்கையைக் கிளப்ப வைத்ததா? அல்லது தேர்தலுக்குப் பின்பு பலவீனப்பட்டுப் போன முஸ்லீம் லீகின் நிலைமைதான் பாகிஸ்தான் கோரிக்கையைத் தூண்டியதா? 1937க்கும் 1939க்கும் இடையிலான அரசியல் நிலவரங்கள் பற்றிய இந்தக் கேள்விகளை நாம் இந்த அத்தியாயத்தில் விவாதிக்க இருக்கிறோம்.

1936இல் மாநிலங்களுக்கான தேர்தலில் ஜவஹர்லால் நேருவும் முகமது அலி ஜின்னாவும் முக்கிய இரண்டு கட்சிகளுக்குத் தலைமை தாங்கினார்கள்; 1946-47இல் அதிகார

மாற்றம் பற்றிய பேச்சுவார்த்தையில் முக்கியப் பங்கு வகித்தார்கள். இவர்கள் இருவரும் வகுப்புப் பிரச்சினை பற்றி வித்தியாசமான அணுகுமுறை கொண்டிருந்தனர். நேருவுக்கு வகுப்புவாதப் பிரச்சினை என்பது ஒரு உபரி விஷயம், இந்தியா விடுதலை அடைவதுதான் முக்கிய விஷயம். தமக்கென ஒரு அடையாளமும் பண்பாடும் கொண்டு, நாட்டில் தனிப் பிரிவினராக இருந்த முஸ்லீம் சிறுபான்மையினரின் அரசியல் பாதுகாப்புதான் ஜின்னாவுக்கு முக்கியமாக இருந்தது.

1947 ஆகஸ்டில் இந்தியா விடுதலை பெற்றது காங்கிரசின் முக்கியப் பிரச்சினையைத் தீர்த்து வைத்தது. ஆனால் அத்துடன் சமயச்சார்பிலான இந்திய தேசப் பிரிவினையும் நிகழ்ந்தது. இது, காங்கிரசின் பெருமிதத்துக்குரிய சமயச் சார்பற்ற தேசியக் கருத்துக்கு நேரெதிரானது. 1936இன் 'உபரி விஷயம்', 1947இல் ஜின்னாவின் முக்கிய விஷயத்துடன் பிரிக்க முடியாமல் பின்னிப் பிணைந்து விட்டது என்பதை தேசப் பிரிவினை வெளிப்படுத்தியது. ஆனால் 1940 மார்ச் மாதத்துக்கு முன்பு ஜின்னாவின் முஸ்லீம் லீக் தனி நாடு கோரவில்லை.

இந்திய அரசுச் சட்டம் 1935இன் கீழ் மாகாண சட்ட சபைகளுக்கான தேர்தல் நடைபெற்றது. 1935 சட்டம் பிரிட்டிஷ்காரர்கள் இந்தியாவுக்கு ஏற்படுத்திய முதல் அரசமைப்பு ஏற்பாடு ஆகும். இதன்படி, பெரும்பான்மை இடங்களில் வெற்றிபெறும் கட்சிகள் ஆட்சி அமைக்கலாம். அந்த அரசுகள் இணைந்த கூட்டுப்பொறுப்பில் செயலாற்றும்.

காங்கிரஸ்-முஸ்லீம் லீக் இரண்டுமே இந்தச் சட்டத்தால் அதிருப்தி அடைந்திருந்தன. ஏனென்றால், இது இந்தியர் களின் நம்பிக்கையைப் பூர்த்தி செய்யும் அளவுக்குப் போகவில்லை. இந்தச் சட்டம், வயதுற்றோர் வாக்குரிமை அடிப்படையில் உருவான அரசமைப்புச் சபையினால் நிறைவேற்றப்பட்டதல்ல; மேலும், பிரிட்டிஷ் ஆட்சியை முடிவுக்குக் கொண்டு வருவது பற்றி இதில் எந்த உறுதி மொழியும் இருக்கவில்லை. எனவே இது ஒரு அடிமை சாசனம் என்பது காங்கிரசின் கருத்து. முஸ்லீம் லீகோ, இதை 'உச்சகட்ட பிற்போக்குத்தனமான நடவடிக்கை' என்று கருதியது. என்றாலும் இரு கட்சிகளுமே, இந்தச் சட்டத்தின்

கீழ் நடந்த மாநிலத் தேர்தலில் பங்கேற்க முடிவு செய்தன. ஏனென்றால், தேர்தல் பிரச்சாரம் தமது கருத்துகளை மக்களிடையே பரப்ப உதவும் என்று அவை நம்பின. இந்துக்கள் பெரும்பான்மையாக உள்ள பகுதிகளில் காங்கிரஸ் அமோக வெற்றி பெறும்; முஸ்லீம்கள் பெரும்பான்மையாக உள்ள இடங்களில் முஸ்லீம் லீக் அல்லது முஸ்லீம் தலைவர்களின் தலைமையிலான பிராந்தியக் கட்சிகள் வெற்றி பெறும் என்று எதிர்பார்க்கப்பட்டது.

1920இல் இருந்த 70 லட்சம் வாக்காளர்களுக்குப் பதில், 36 லட்சம் வாக்காளர்கள் – இந்தியாவின் வயதுற்றோரில் 30 சதவீதம் பேர் – இதில் பங்கேற்று மாகாண சட்டசபைகளுக்கு 1585 பிரதிநிதிகளைத் தேர்ந்தெடுக்க இருந்தனர்.

வகுப்புவாதப் பிரச்சினை பற்றி 1936இல் நேருவுக்கு இருந்த நம்பிக்கை நியாயமானது. முக்கிய இந்து வகுப்புவாத அமைப்பாகிய இந்து மஹா சபை, இந்துப் பெரும் பான்மையினரிடம் எந்தச் செல்வாக்கும் பெற முடியவில்லை. தேவையற்ற அமைப்பு என்ற அளவுக்கு காங்கிரஸால் ஓரம் கட்டப்பட்டது. முஸ்லீம் லீகோ, 1920இலிருந்தே செயலிழந்து இருந்தது. பொதுமக்களிடம் அதன்பால் எந்தக் கவர்ச்சியும் ஏற்படவில்லை. மேலும், சமூகப் பழமைவாதத்துக்கு முக்கியத்துவம் கொடுத்த முஸ்லீம் லீகினர், அனைத்து வகுப்பையும் சார்ந்த பெரும்பான்மை இந்தியர்களின் நலன் காக்கும் பொருளாதாரத் திட்டத்தை ஒதுக்கி வைத்து விட்டனர். இத்துடன், பஞ்சாப், வங்காளம் போன்ற முஸ்லீம் பெரும்பான்மைப் பிரதேசங்களில் இருந்த முஸ்லீம் தலைவர்களின் தலைமையில் இயங்கிய சர்வ சமய பிராந்தியக் கட்சிகள் முஸ்லீம் ஒற்றுமைக்கான ஜின்னாவின் குரலைப் பொருட்படுத்தவே இல்லை.

காங்கிரஸ் – முஸ்லீம் லீக் இரண்டுக்குமிடையே இருந்த இடைவெளி, பிரிட்டிஷ்காரர்கள் பற்றிய அவர்கள் கண்ணோட்டத்தின் அடிப்படையிலானது. சிறுபான்மை யினருக்கான அனைத்துப் பாதுகாப்புகளும் பிரிட்டிஷ்காரர் களாலேயே வழங்கப்பட வேண்டும், வழங்கப்படும் என்று முஸ்லீம் லீக் நினைத்தது. பிரிட்டிஷ்காரர்கள் நெடுங்காலம் இந்தியாவில் இருக்க வேண்டும் என்பது இதன் உள்ளடக்கம்.

காங்கிரசுக்கோ, விடுதலைதான் இலக்கு. காங்கிரசின் 1936ஆம் ஆண்டு தேர்தல் அறிக்கை, அதற்கு வளர்ந்து வரும் மக்கள் ஆதரவையும் விடுதலைப் போராட்டத்தில் பொதுமக்கள் ஆற்ற வேண்டிய முக்கியப் பணிகளையும் பிரதிபலித்தது. இந்தியாவில் இரு சக்திகள் இருந்ததாக நேரு கருதினார்: இந்திய மக்களின் விடுதலை வேட்கையைப் பிரதிநிதித்துவம் செய்த காங்கிரஸ்; அதை அடக்க முயன்ற பிரிட்டிஷ்காரர்கள்.

ஜின்னாவின் கணக்கில் மூன்றாவது ஒரு சக்தி, அது முஸ்லீம் லீக். இந்திய அரசியலில் முஸ்லீம்களின் ஒரே பிரதிநிதி முஸ்லீம் லீக் மட்டுமே என்பதை நிறுவுவதுதான் ஜின்னாவின் ஒரே குறிக்கோளாக இருந்தது. இது மிகக் கடினமான பணி. முஸ்லீம் லீக் 1920லிருந்து கிட்டத்தட்டச் செயலிழந்து இருந்தது. 1931க்கும் 1933க்கும் இடையே அதன் ஆண்டுச் செலவு 3000 ரூபாயைக்கூடத் தாண்டவில்லை. முஸ்லீம் லீகின் தலைமையகம் தில்லியில் இருந்தது. தில்லியிலிருந்து தொலைவிலிருந்த மாகாணத் தலைவர்கள் பெரும்பாலும் அதன் கூட்டங்களுக்கு வந்ததில்லை. பஞ்சாபிலும் வங்காளத்திலும் இந்துக்கள் ஆதரவைக் கோரிய முஸ்லீம் தலைவர்களை 1937 தேர்தலுக்கு முன் ஜின்னா தன் பக்கம் திருப்ப முடியவில்லை.

மாகாணத் தேர்தல், காங்கிரஸ் ஓர் அகில இந்திய சக்தி என்பதை வெளிப்படுத்தியது. அது 1161 பொதுத் தொகுதி களில் போட்டியிட்டு, 761 இடங்களை வென்றது. பிரிட்டிஷ் இந்தியாவிலிருந்த பதினொரு மாகாணங்களில் ஆறில் காங்கிரஸ் அறுதிப் பெரும்பான்மை பெற்றது; மூன்று மாகாணங்களில் தனிப்பெரும் கட்சியாக வந்தது. ஐக்கிய மாகாணம் மற்றும் பஞ்சாபில் காங்கிரஸ், இந்து மஹா சபையைப் படுதோல்வியுறச் செய்து, அரசியல் களத்தில் அதைச் செயலிழக்கச் செய்தது.

முஸ்லீம் பெரும்பான்மை மாகாணங்களில் காங்கிரசின் சாதனை இந்த அளவுக்கு இல்லை. 482 முஸ்லீம் தொகுதிகளில் காங்கிரஸ் 56 இடங்களுக்கே போட்டியிட்டது. இவற்றில் 28 இடங்களைக் கைப்பற்றியது. ஐக்கிய மாகாணம், பஞ்சாப் மற்றும் வங்காளத்தில் அது ஒரு முஸ்லீம் தொகுதியையும் வெல்லவில்லை. ஆனால் முஸ்லீம் பெரும்பான்மையிருந்த

வட மேற்கு எல்லைப் பிரதேசத்தில் நன்றாகவே சாதனை நிகழ்த்தியது.

முஸ்லீம் பெரும்பான்மைப் பிரதேசங்களில் காங்கிரசின் பலவீனத்தை வகுப்புவாதப் போக்கின் விளைவு என்று எண்ணிவிடக் கூடாது. முஸ்லீம் லீகும் அனைத்து முஸ்லீம் தொகுதிகளிலும் போட்டியிட முடியவில்லை. சமயவாரியான இந்தத் தேர்தல் முறையில், இந்தியாவிலிருந்த முஸ்லீம் வாக்குகளில் 4.8 சதவீதம் மட்டுமே முஸ்லீம் லீக் பெற்றது. முஸ்லீம் பெரும்பான்மை உள்ள எந்த மாநிலத்திலும் அதனால் அரசமைக்க முடியவில்லை, சர்வ சமயக்கட்சி களிடம் —பஞ்சாபில் யூனியனிஸ்ட் கட்சியிடம், வங்காளத்தில் க்ரிஷக் ப்ரஜா கட்சியிடம் — முஸ்லீம் லீக் தோற்றது. பஞ்சாபிலிருந்த 84 முஸ்லீம் தொகுதிகளில் 7 இடங்களுக்குப் போட்டியிட்டு, முஸ்லீம் லீக் 2 இடங்களையே வென்றது. சிந்து மாநிலத்தில், 33 முஸ்லீம் இடங்களில் 3 மட்டுமே வென்றது. வங்காளத்திலிருந்த 117 முஸ்லீம் தொகுதிகளில் முஸ்லீம் லீக் 38ஐக் கைப்பற்றியது. முஸ்லீம் பெரும்பான்மைப் பிரதேசங்களில் முஸ்லீம் லீகுக்கு பொதுமக்கள் ஆதரவு இருக்கவில்லை என்பது இதிலிருந்து தெளிவாகிறது.

முஸ்லீம் தொகுதிகளில் காங்கிரஸ், முஸ்லீம் லீக் இரண்டுமே மோசமான நிலையில் இருந்தன என்பது, 1937 தேர்தலில் வகுப்புவாதம் முக்கிய விஷயமாகத் தலை எடுக்கவில்லை என்பதைக் காட்டியது. இருவரில் எவருமே முஸ்லீம்களைப் பிரதிநிதித்துவம் செய்கிறோம் என்று சொல்லிக் கொள்ள முடியவில்லை. ஆனால் பொதுத் தொகுதிகளில் காங்கிரஸ் பெற்ற வெற்றி, அகில இந்திய அளவில் அதன் செல்வாக்கை வெளிப்படுத்தியது. பெரும் பான்மை முஸ்லீம் வாக்குகளைப் பெறமுடியாமல் போன தாலும், முஸ்லீம் பெரும்பான்மை மாநிலங்களில் எதிலும் அரசமைக்க இயலாமல் போனதாலும் முஸ்லீம் லீகின் எதிர்காலம் மங்கலாகக் காட்சியளித்தது. வெற்றி பெற்ற ஏழு மாநிலங்களிலும் காங்கிரஸ் ஆட்சியமைக்க இருந்தது.

ஐக்கிய மாகாணத்தில் காங்கிரஸ்-முஸ்லீம் லீக் கூட்டாட்சி இல்லை

காங்கிரசுடன் தமக்கு இருந்த வேறுபாடுகளை கூறிக் கொண்டே, காங்கிரசுடன் கூட்டாட்சி அமைக்க ஜின்னா தயாராக இருப்பதாகத் தெரிந்தது. முஸ்லீம் தொகுதிகளில் லீக் பலவீனமாக இருந்ததைக் கவனித்த நேரு, அவர்களுடன் கூட்டணி அமைப்பதில் ஆர்வம் காட்டவில்லை. பொருளா தாரக் கொள்கைகளின் மூலம் முஸ்லீம்களைத் தம் பக்கம் கொண்டுவந்து விடலாம் என்று அவர் நம்பினார். எனவே, 'முஸ்லீம் மக்கள் தொடர்புத் திட்டம்' என்ற திட்டத்தை 1937 கோடையில் காங்கிரஸ் தொடங்கியது. ஜின்னா இதனால் கொதிப்படைந்தார்.

முஸ்லீம்களின் பொது ஆதரவைப் பெறும் முயற்சியில் காங்கிரஸ் வெற்றி பெற்றால் முஸ்லீம் லீக் அரசியலில் ஓரங் கட்டப்பட்டு விடும். தனது ஆதரவுத் தளத்தை விரிவுபடுத்த முயன்ற ஜின்னா, முஸ்லீம் மக்கள் தொடர்புத் திட்டம், லீகுக்கு எதிரானது என்று கருதினார். "நேரு தனது மக்களாகிய இந்துக்களோடு மட்டும் நிறுத்திக் கொள்ளட்டும்" என்று அறிவுறுத்தினார்.

எந்த வகுப்பினரிடமும் பிரச்சாரம் செய்ய காங்கிரசுக்கு உரிமை உண்டு என்று நேரு தெளிவுபடுத்தினார் — அதே உரிமை லீகுக்கும் உண்டு. இந்துக்களிடையே பிரச்சாரம் செய்ய ஜின்னாவுக்கு அழைப்பு விடுத்தார் நேரு. ஒரு வகுப்பு வாதக் கட்சியாக வேண்டும் என்ற நோக்கம் காங்கிரசுக்குக் கொஞ்சமும் கிடையாது. 1938 டிசம்பரில் முஸ்லீம் லீக், இந்து மஹா சபை இரண்டையுமே வகுப்புவாத அமைப்புகள் என்று வர்ணித்து இவற்றிடமிருந்து காங்கிரஸ் தன்னைத் அன்னியப் படுத்திக் கொண்டது. காங்கிரசின் சமயச்சார்பற்ற தன்மையும், அனைத்து வகுப்புகளையும் பிரதிநிதித்துவம் செய்யும் நோக்கமுமே இதன் பின்னணி.

சௌத்ரி கலிகுஸ்மான் தலைமையிலான ஐக்கிய மாநில முஸ்லீம் லீகுக்கும், மாநிலக் காங்கிரசுக்கும் இடையே 1937 மே மாதத்தில் கூட்டாட்சி பற்றிய பேச்சு வார்த்தை நடந்தது; இதனால் ஜின்னாவின் கவலை அதிகரித்தது. இந்தப் பேச்சு வார்த்தையைத் தொடக்கத்திலிருந்தே ஜின்னா எதிர்த்து

வந்தார். முஸ்லீம்களின் 'உண்மையான பிரதிநிதி' என்று முஸ்லீம் லீகை அவர் வர்ணித்துக் கொண்டிருந்த வேளையில், இந்தப் பேச்சு வார்த்தை வெற்றி பெற்றிருந்தால், ஜின்னா தனிமைப் படுத்தப்பட்டிருப்பார். மாநில லீகினரில் பெரும்பாலோரை ஜின்னா தம் வசம் வைத்திருந்தார். பின்னர் ஜூலையில்தான் இந்தப் பேச்சுவார்த்தைகள் பற்றி நேருவுக்குத் தெரிய வந்தது. கூட்டணி என்பது பொதுவான செயல் திட்டம் அல்லது கருத்தொற்றுமையின் அடிப்படையில் உருவாக வேண்டும் என்ற நியாயமான கருத்தைக் கொண்டிருந்தார் நேரு. ஆனால், 1935 சட்டத்தை எதிர்ப்பதிலோ, பிரிட்டிஷ்காரர்கள் விரும்பாத எதையும் செய்வதிலோ, மாநில லீக், காங்கிரசுடன் கைகோக்காது என்பதைக் கலிகுஸ்மான் தெளிவாக்கினார். தனது இந்த நிலையை உறுதிப்படுத்தி ஐக்கிய மாநில லீக் ஒரு தீர்மானம் நிறைவேற்றியது.

காங்கிரஸ் அமைச்சரவைகளுக்கு எதிரான ஜின்னாவின் பிரச்சாரம்

இந்த வேளையில், ஜின்னா தனது அதிகாரத் தளத்தை உருவாக்கும் முயற்சியை மேற்கொண்டார். பஞ்சாப் மற்றும் வங்காளத்திலிருந்த பிராந்திய முஸ்லீம் தலைவர்கள் முஸ்லீம் லீக் மீது நாட்டம் கொண்டிருக்கவில்லை. ஆனால் அவர்கள் காங்கிரசின் முஸ்லீம் மக்கள் தொடர்புத் திட்டத்தினால் கலக்கம் அடைந்திருந்தனர். மாநில அரசியலில் முஸ்லீம் லீக் தலையிடாது, அகில இந்திய அளவில் முஸ்லீம்களுக்காகக் குரல் கொடுக்கும் என்று ஜின்னாவுடன் ஒரு சமரசம் ஏற்படுத்திக் கொண்டார் சிக்கந்தர் ஹயாத் கான். வங்காளத்தில் ஃபஸ்லுல் ஹக், மாநிலத்திலிருந்த எதிர்க் கட்சிகளைச் சமாளிப்பதற்காக, தமது அமைச்சரவைக்கு முஸ்லீம் லீகின் ஆதரவைக் கோரிப் பெற்றார். சிந்து யுனைட்டெட் கட்சியின் அல்லா பக்ஷ், லீகின் வகுப்பு வாதத்தை ஏற்றுக் கொள்ளவில்லை; வடமேற்கு எல்லைப்புற மாகாணம் காங்கிரஸ் வசமே இருந்தது.

எனவே காங்கிரஸ் அமைச்சரவைகளுக்கு எதிரான தனது பிரச்சாரத்தை ஜின்னா தீவிரப்படுத்தினார். 1938இல் காங்கிரஸ் ஆட்சி புரிந்த மாகாணங்களில், முஸ்லீம்களின்

குறைகளை விசாரிப்பதற்காக லீக் ஒரு விசாரணைக் கமிட்டியை நியமித்தது. இந்த விசாரணைக் கமிட்டியின் அறிக்கையை, அதன் தலைவராகிய பிர்ப்பூர் அரசரின் பெயரில் லீக் வெளியிட்டது. பிர்ப்பூர் அறிக்கை, மாகாண காங்கிரஸ் அரசுகள் முஸ்லீம்களை ஓரவஞ்சனை செய்வதாகக் குற்றம் சாட்டியது. இந்தக் குற்றச்சாட்டுகள் காங்கிரஸைத் தற்காப்பு நிலைக்குத் தள்ளின. இந்தியாவில் தத்துவார்த்த வேறுபாடுகளும் சமய வண்ணம் பெற்றன. இந்தியர்களில் பெரும்பான்மையினர் இந்துக்கள்; எனவே, இந்தியாவின் அனைத்து சமூகங்களிலும், வர்க்கங்களிலும் பெரும்பான்மை யினரைப் பிரதிநிதித்துவம் செய்த காங்கிரசை, இந்துக்களை மட்டும் பிரதிநிதித்துவம் செய்வதாக யாரும் திரித்துக் காட்ட முடியும் என்று காங்கிரசுக்குத் தெரிந்திருந்தது.

பிரச்சாரங்கள் எப்படி மாயைகளை உருவாக்குகின்றன, பின்னர் அவை எப்படி உண்மைத் தோற்றம் பெறுகின்றன, அவற்றின் அடிப்படையில் குறிப்பிட்ட அரசியல் சூழலில் கொள்கைகள் எப்படி வகுக்கப்படுகின்றன என்பதை இந்தக் குற்றச்சாட்டுகளுக்கு காங்கிரஸ் எடுத்துக் கொண்ட தற்காப்பு முயற்சிகள் காட்டுகின்றன. லீகின் இந்தப் பிரச்சாரம் முஸ்லீம்களிடம் எத்தகைய உளவியல் பாதிப்பை ஏற்படுத்தும் என்று காங்கிரஸ் தலைவர்கள் உணர்ந்தனர். அதாவது, அவர்கள் லீகை சமாளிப்பதை விடவும், சராசரி முஸ்லீம் வாக்காளரை சமாதானப்படுத்துவதில்தான் அக்கறை கொண் டிருந்தனர். அரசியல் வேறுபாடுகளைச் சரிப்படுத்த, லீகின் ஒத்துழைப்பை அவர்கள் நாடினார்கள். ஆனால் தமது முஸ்லீம் மக்கள் தொடர்புத் திட்டத்தை முடித்துக் கொள்ள விரும்பவில்லை. முஸ்லீம்களின் ஒரே பிரதிநிதியாக லீகை அங்கீகரிக்கவும் இல்லை.

பிர்ப்பூர் அறிக்கையிலிருந்த குற்றச்சாட்டுகள் சாரம் இல்லாதவை, தனக்கு வலுவான அரசியல் சக்தி இல்லை என்ற காரணத்தால் லீக் இட்டுக்கட்டி உருவாக்கியவை என்பது பிரிட்டிஷ் அதிகாரிகளுக்குத் தெரியும். காங்கிரஸ் நிர்வாகத் திலிருந்த மாநிலங்களில் லீக் வகுப்புவாதப் பிரச்சினையைத் தூண்டிவிடுகிறது என்ற காங்கிரசின் கருத்தை அவர்கள் தனிப்பட்ட முறையில் ஆதரித்தார்கள்.

காங்கிரஸ்காரர்களில் சிலர் வகுப்புவாதிகள்; சமூக பொருளாதார விஷயங்கள் வகுப்புவாத வண்ணம் பெற முடியும் என்பதைக் காங்கிரஸ் தலைவர்கள் அறிந்திருந்தனர். சான்றாக, ஐக்கிய மாகாணத்தில், நிலச்சீர்த்திருத்தத்தை காங்கிரஸ் ஆதரித்தது. இது அங்கிருந்த இந்து மற்றும் முஸ்லீம் நிலச்சுவான்தார்களுக்கு எதிராக இருந்தது. ஆனால் பஞ்சாபில் காங்கிரஸ் நிலச்சீர்திருத்த விஷயத்தில் நடுநிலை வகித்தது. அனைத்து வகுப்புகளையும் சேர்ந்த விவசாயிகள் இந்த மசோதாவை ஆதரித்தனர். பெரும்பாலும் இந்துக்கள் அடங்கிய விவசாயி அல்லாதவர்களும், வட்டிக்குக் கடன் கொடுப்பவர்களும் மசோதாவை எதிர்த்தனர். எனவே காங்கிரசின் நடுநிலைமை, முஸ்லீம் எதிர்ப்பு நிலையாகக் காட்டப்பட்டது.

1939இன் தொடக்கத்தில் முஸ்லீம் பொதுமக்கள் ஆதரவைக் காங்கிரஸ் பெறவில்லை என்பது தெளிவாகியது. அதேசமயம் ஜின்னா அரசியலில் அனுகூல நிலையில் இல்லை என்பதும் தெளிவாகியது. காங்கிரசுக்கு எதிரான அவரது ஒரே ஆயுதம் ஆக்கபூர்வமானதல்ல; எதிர்மறையானது; ஹக் மற்றும் சிக்கந்தருடன் அவரது கூட்டு திணறிக்கொண்டிருந்தது. இருவருமே வேறு கட்சிகளுடன் உறவு கொண்டிருந்தனர்; ஜின்னாவுக்கு முழுமையாகக் கீழ்ப்படியவில்லை. வடமேற்கு எல்லைப்புற மாகாணத்திலோ, முஸ்லீம் லீக் “மோட்டார் லீக்” என்று கிண்டலடிக்கப்பட்டது. ஏனென்றால் அதன் உறுப்பினர்கள் பெரும்பாலான நேரங்களில் தேநீர் விருந்துகளுக்கு கார் ஓட்டிச்சென்று கொண்டிருந்தனர். வங்காளத்தில் மட்டுமே காங்கிரசின் முஸ்லீம் மக்கள் தொடர்புத் திட்டத்தை சமாளிக்க, மாவட்ட அளவில் முஸ்லீம் லீக் கிளைகள் தொடங்கியிருந்தது. ஐக்கிய மாகாணத்தில், ஷியா-சன்னி பிரச்சினையைத் தீர்க்க இயலாமை, முஸ்லீம்களிடம் அதற்குச் செல்வாக்குப் போதாது என்பதற்கு தக்க சான்றாக நின்றது.

ஆக, காங்கிரசிலிருந்து முஸ்லீம்கள் அன்னியப்பட்டாலும் தமக்குள் ஒன்றுபடவில்லை, லீகை அவர்கள் ஆதரிக்கவில்லை என்பது 1939 வாக்கில் தெளிவாகியது. தேர்தல் முறையில் 1937 முதல் அரசியலைப் புகுத்தியது, இந்து மஹா சபை, முஸ்லீம் லீக் போன்ற வகுப்புவாதக் கட்சிகளுக்கு

வெற்றி அளிக்கவில்லை. காங்கிரஸ் – முஸ்லீம் லீக் இரண்டுக்குமே முஸ்லீம்களின் ஆதரவைப் பெறுவதற்கு வாய்ப்பிருந்தது. ஐக்கிய மாகாணத்தில் காங்கிரஸ்-லீக் கூட்டணி அரசுக்கான பேச்சுவார்த்தையை ஜின்னா எதிர்த்தார். எனவே, 1940இல் ஜின்னாவின் இறையாண்மை கொண்ட பாகிஸ்தான் கோரிக்கைக்கு இந்தப் பேச்சு வார்த்தைகளின் தோல்வி காரணமாக இருக்க முடி''''

5

இந்தியாவும் உலகப்போரும்: 1939-41— அரசியல் செயல்திட்டத்தில் 'பாகிஸ்தான்' சேர்ப்பு

1939 செப்டம்பர் 3ஆம் நாள் இந்திய அரசியலில் ஒரு புதிய அத்தியாயம் தொடங்கியது. அப்போது அரசப்பிரதிநிதியாக இருந்த லின்லித்கோ பிரபு, இந்திய அரசியல் கட்சிகளையும், சட்டப் பேரவையையும், மாநில அரசுகளையும் கலந்து ஆலோசிக்காமல், இந்தியா போரில் இறங்குவதாக அறிவித்தார். இந்தியாவை ஒரு இராணுவத் தளமாக மாற்றுவதும், இந்தியாவிலிருந்து ஆள்களையும் பணத்தையும் அனுப்புவதுமே அவரது முக்கியக் குறிக்கோளாக இருந்தது. தனது போர் முயற்சிக்கு இந்திய அரசியல் கட்சிகளின் ஆதரவை உடனடியாகப் பெற அவர் விரும்பினார்.

காங்கிரஸ்-முஸ்லீம் லீக் பிளவு விரிவடைதல்
போரின் விளைவாக, பிரிட்டிஷார்-காங்கிரஸ் இடையிலும், காங்கிரஸ்-முஸ்லீம் லீக் இடையிலும் இடைவெளி விரிவடைந்தது. முஸ்லீம் பெரும்பான்மை மாகாணங்களில் முஸ்லீம் லீக் பலவீனமாக இருந்த போதும், அகில இந்திய அளவில் ஜின்னா தனது அரசியல் செல்வாக்கைப் பெருக்கிக் கொள்ள 1939க்கும் 1941க்கும் இடையில் பிரிட்டிஷ் காரர்களின் தந்திரங்கள் ஏன், எவ்வாறு உதவின என்பதை இந்த அத்தியாயம் விவரிக்கிறது. 1940 மார்ச்சில் வெளியான லீகின் பாகிஸ்தான் கோரிக்கை, ஆட்டங்கண்டு கொண்டிருந்த ஜின்னாவின் அரசியல் நிலையைப் பிரதிபலிக்கிறதா அல்லது துணைக்கண்டத்தில் முஸ்லீம்களுக்கென்று ஒரு தனி

நாடு வேண்டும் என்ற பெருவாரியான முஸ்லீம்களின் விருப்பத்தைப் பிரதிபலிக்கிறதா என்பதையும் இந்த அத்தியாயம் ஆராய்கிறது.

காந்தியும் நேருவும் மக்கள் செல்வாக்குப் பெற்ற தலைவர்கள் என்பதால், லின்லித்கோ தனது போர் முயற்சிகளுக்கு அவர்களுடைய ஆதரவு முக்கியமானது என்று கருதினார். காங்கிரசின் பலத்தை அவர் உணர்ந்திருந்தார் என்பது 1941 மே 15 அன்று அவர் அப்போது இந்தியாவுக்கான பிரிட்டிஷ் அமைச்சராக இருந்த அமேரி பிரபுவுக்கு எழுதிய கடிதத்திலிருந்து புலனாகியது:

> இந்த நாட்டில் தேசியத்தைப் பரப்புவதில் ஐயத்திற்கிடமின்றி முதலிடம் வகிக்கும் மாபெரும் அரசியல் கட்சியைத் தவிர்ப்பதோ, புறக்கணிப்பதோ, வரலாறு காட்டும் படிப்பினைகளின் அடிப்படையில் நியாயமற்றது என்பதை நானே அறிவேன்.

பிரிட்டிஷ் இந்தியாவின் இறுதி காவற்சுவராகிய இராணுவத்தை விரிவுபடுத்தவும், அதன் விசுவாசத்தை உறுதிப்படுத்தவும் அரசியல் கட்சிகளின் ஆதரவு தேவைப்பட்டது என்பதும் லின்லித்கோவின் அணுகுமுறைக்கு இன்னொரு முக்கியக் காரணமாகும். பிரிட்டிஷ்காரர்களை ஆதரிப்பதற்கு இந்திய அரசியல்வாதிகளின் நிபந்தனை என்னவாக இருக்கும் என்பதைக் கண்டறிவதற்காக அவர்களுடன் பேச்சு வார்த்தைகளைத் தொடங்கினார் லின்லித்கோ. காந்தி, பிரிட்டன் மேல்கொண்டிருந்த இரக்கத்தால் அவர் நெகிழ்ந்து போனார்; ஆனால் அரசியல் கட்சிகள் போர் முயற்சிகளில் உதவி செய்வதற்குப் பிரதி பலனாக அரசியல் சலுகைகளைக் கோரும் என்று அவர் அறிந்திருந்தார்.

ஒன்றுபட்ட இந்தியாவின் அடிப்படையில் அமைந்த கூட்டாட்சி அமைப்புக் கருத்தை விட்டுவிடுவோம் என்ற உறுதிமொழியை பிரிட்டிஷ்காரர்களிடமிருந்து பெற்று விடலாம் என்று ஜின்னா நம்பினார். ஏனென்றால், கூட்டாட்சி என்பது ஏக இந்தியா. அவர் கருத்தில், காங்கிரஸ் பெரும்பான்மை பெற்றால் எப்படி நடந்து கொள்வார்கள்

என்பது மாகாண அரசுகள் நடந்து கொண்டிருந்த விதத்திலிருந்தே தெரிய வருகிறது; எனவே காங்கிரஸ் அமைச்சரவைகள் உடனடியாகப் பதவி நீக்கம் செய்யப்பட வேண்டும்.

கூட்டாட்சி முறையை அல்லது பெரும்பான்மை ஆட்சியை வேண்டாமென்று சொல்வதற்கு லின்லித்கோ பிரபுவுக்கு எந்தக் காரணமும் தெரியவில்லை. அவர், ஜின்னா பாதுகாப்பிழந்த உணர்வுடன் இருக்கிறார் என்று லண்டனில் தலைமையகத்தில் இருந்த தமது மேலதிகாரிகளுக்கு அறிவித்தார். மேலும் ஃபஸ்லுல் ஹக், சிக்கந்தர் ஹயாத் கான் ஆகிய இருவரும் ஜின்னாவின் கருத்துக்கும் பேரம் பேசும் போக்குக்கும் எதிராக பிரிட்டிஷ்காரர்களின் போர் முயற்சிகளுக்கு நிபந்தனையற்ற ஆதரவளிப்பதாக வாக்களித்து விட்டார்கள். ஜின்னா பிற்போக்கு சக்திகள் மற்றும் சிக்கந்தர் போன்ற 'ஆமாம் சாமி'களின் பிடியிலிருப்பதாக கட்சியில் இருந்த தீவிரவாதிகள் குற்றம் சாட்டிக் கொண்டிருந்தனர்.

தனது ஆதரவாளர்களைப் பற்றிச் சிந்திக்க வேண்டிய பொதுவாழ்க்கையாளர் என்ற வகையில், ஜின்னாவும் கட்சி ஒற்றுமையையும் கட்சியில் தமக்கிருக்கும் அதிகாரத்தையும் ஒருங்கே காப்பாற்ற வேண்டியிருந்தது. அவர் தன் விளையாட்டைத் துவக்கினார். போரை வெற்றிகரமாக நடத்த வேண்டுமென்றால் பிரிட்டிஷ்காரர்கள் முஸ்லீம் லீகைக் கணக்கில் எடுத்துக் கொள்ள வேண்டும் என்றார்.

காங்கிரஸைவிட ஜின்னாவின் போக்கு அதிகம் ஒத்துப் போவதாக இருந்தது. லின்லித்கோ அதை "மொத்தத்தில் அதிருப்தி அளிப்பதாக இல்லை" என்று கருதினார். அரசப்பிரதிநிதி, முஸ்லீம் சமுதாயத்தின் அனைத்துப் பிரிவினரையும் பிரிட்டனின் பக்கம் கொண்டுவர முயற்சி செய்ய வேண்டியவராக இருந்தார்.

போர்-சமாதானம் பற்றிய பிரச்சினை இந்திய மக்களால் தீர்மானிக்கப்பட வேண்டும் என்று 1939 செப்டம்பர் 14ஆம் நாள் காங்கிரஸ் காரியக்கமிட்டி ஒரு தீர்மானம் நிறைவேற்றியது. இந்திய மக்கள் தமது வளங்கள் ஏகாதிபத்திய நோக்கங்களுக்காக சுரண்டப்படுவதை அனுமதிக்க மாட்டார்கள்; ஜனநாயகம் மற்றும் ஏகாதிபத்தியம் பற்றி பிரிட்டிஷ்

அரசாங்கத்தின் போர் நோக்கங்கள் என்ன என்பதைத் திட்டவட்டமாக அறிவிக்குமாறு – குறிப்பாக இந்தியாவின் விஷயத்தில் போர் நோக்கத்தை அறிவிக்குமாறு காங்கிரஸ் கேட்டது.

குறிப்பிட்ட நாடுகளில் எத்தகைய அரசுகள் அமைய வேண்டும் என்பது பற்றி தமக்குக் கவலை இல்லை என்ற விதத்தில் பிரிட்டிஷ்காரர்கள் பதிலிறுக்க வேண்டும் என்று லின்லித்கோ நினைத்தார். நாடுகளுக்கிடையே நம்பிக்கையையும் நல்லெண்ணத்தையும் மீட்பது அவர்களது முதல் குறிக்கோள். தமது சர்வதேச ஒப்பந்தக் கடமைகளை நிறைவு செய்வது இரண்டாவது குறிக்கோள். காங்கிரஸ் விடாப்பிடியாக இருந்தால், தாம் கொடுக்க இயலாத வாக்குறுதிகளோ அல்லது உடனடிச் சலுகைகளோ கிடைத்தால்தான் காங்கிரஸ் அரசுகள் பதவியில் தொடரும் என்பது தெளிவாகி விட்டால் என்ன செய்வது? உடனடியாக அனைத்துக்கட்சிக் கூட்டம் ஒன்றைக் கூட்டலாம். இது இந்தியா முழுமைக்கும் பிரதிநிதியாகப் பேச காங்கிரஸ் உரிமை கொண்டாடுவதை பொருளற்றதாக்கி விடும். பிரிட்டிஷ்காரர்கள் 1935 சட்டத்தைத் திருத்த மாட்டார்கள். ஜனநாயகத்துக்காக அவர்கள் போரிடவில்லை. அப்படி ஒரு உறுதிமொழியை அவர்கள் வழங்கவும் இல்லை.

என்றாலும் போர் முயற்சிகளுக்கு ஒத்துழைக்குமாறு காங்கிரசை சம்மதிக்க வைக்க இயலும் என்று லின்லித்கோ நம்பினார். காங்கிரஸ்தான் இந்தியாவில் மிகப்பெரிய, மிக முக்கியமான கட்சி; ஒன்பது மாகாணங்களில் ஆட்சி நடத்தி வருகிற கட்சி. காங்கிரஸ் பிரிட்டிஷ்காரர்களுக்கு எதிராகத் திரும்பினால் அது பெருத்த தலைவலியாகும் என்பதை அவர் அறிந்திருந்தார். பிரிட்டிஷ்காரர்கள் முழு முயற்சியுடன் போரில் ஈடுபடுவதை காங்கிரஸ் முடக்கிவிட முடியும். எனவே காங்கிரசின் ஆதரவைப்பெற சில இடையூறுகளை மேற்கொள்வது தவறாகாது.

முஸ்லீம் லீகின் செப்டம்பர் 18 தீர்மானம், காங்கிரஸ் கோரிக்கைகளை எதிர்ப்பதற்கு அரசப்பிரதிநிதிக்கு மிகத் தேவையானதை அளித்தது. முஸ்லீம் லீக் தலைவர்களைக் கலந்தாலோசிக்க அரசப்பிரதிநிதி ஒத்துக்கொண்டால், இந்திய

முஸ்லீம்களின் சார்பில் பேச உரிமை உள்ள ஒரே அமைப்பாக முஸ்லீம் லீகை ஏற்றுக் கொண்டால், போர் முயற்சிகளுக்கு ஆதரவு தருவதாக முஸ்லீம் லீக் முன்வந்தது. காங்கிரஸ் கேட்டது போல் முஸ்லீம் லீக் ஒன்றுபட்ட, சுதந்திர, ஜனநாயக இந்தியாவைக் கேட்கவில்லை. பல்வேறு நாட்டினங்களைக் கொண்ட இந்தியாவில் ஒரு தேசிய அரசு உருவாக முடியாது; எனவே காங்கிரஸ் கேட்பது போன்ற ஒரு அரசு பிரிட்டிஷ் இந்தியாவுக்கு ஏற்றதல்ல என்று முஸ்லீம் லீக் தீர்மானம் நிறைவேற்றியது.

காங்கிரசுக்கும் பிரிட்டிஷ்காரர்களுக்கும் இடையே சமரசம் ஏற்படுவதைத் தடுக்க வேண்டும் என்பது முஸ்லீம் லீக் தீர்மானத்தின் நோக்கமாக இருந்திருந்தால், இந்த நோக்கம் வெற்றியடைந்தது. முஸ்லீம் லீக் அதிருப்தி அடையக்கூடாது என்பதற்காக காங்கிரசுக்கு சலுகை அளிப்பதையும் தவிர்க்க வேண்டும் என்று பிரிட்டிஷ்காரர்கள் தீர்மானித்தார்கள்.

பெரும்பாலான காங்கிரஸ்காரர்கள் முஸ்லீம் லீகின் தீர்மானத்தால் மனம் குலைந்தார்கள். எனினும் ஒன்றுபட்ட தேசிய முன்னணிக்குள் முஸ்லீம் லீகைக் கொண்டு வர முடியும் என்று நம்பினார்கள். எனவே அவர்கள் தமது அமைச்சரவைகளுக்கு எதிராக முஸ்லீம் லீக் முன்வைத்த குறைகளைப் பற்றி ஒரு நடுநிலை விசாரணை நடத்த முன் வந்தார்கள். இந்த சமாதான சைகையை ஜின்னா நிராகரித்தார். என்றாலும் காங்கிரஸ் தலைவர்கள், ஏகாதிபத்திய எதிர்ப்பு அணிக்கு முஸ்லீம் லீகின் ஆதரவைக் கோரினார்கள். காங்கிரசுக்கும் லீகுக்கும் இடையே உள்ள வேறுபாடுகளை ஜின்னாவுடன் விவாதிக்கத் தயாராக இருந்தார்கள். 1939 அக்டோபர் 16 முதல் 18 வரை நடந்த நேரு-ஜின்னா பேச்சுவார்த்தை, இருவருக்கும் இடையே இருந்த உண்மையான வித்தியாசம் பிரிட்டிஷ்காரர்கள் பற்றிய அவர்கள் கண்ணோட்டம்தான் என்பதை மீண்டும் வெளிப் படுத்தியது. பிரிட்டிஷ்காரர்களுடன் மோதல் விளைவிக்கும் எந்த நடவடிக்கையையும் காங்கிரஸ் மேற்கொள்வதை ஜின்னா விரும்பவில்லை. அது தெளிவடையாமல் பிற முக்கிய விஷயங்கள் பற்றிய பேச்சுக்கே இடமில்லை என்றார் ஜின்னா. சுதந்திரம் பற்றி எந்த வாக்குறுதியும் தர விரும்பாத

பிரிட்டிஷ்காரர்கள் ஜின்னாவின் இந்த நிலையைக் கண்டு மகிழ்ந்தனர். சிறுபான்மையினர் — அதாவது முஸ்லீம் லீக் நலனுக்கு முழு முக்கியத்துவம் கொடுக்கப் போவதாக கூறி காங்கிரசின் கோரிக்கைகளுக்கு லின்லித்கோ பதிலிறுத்தார். ஜின்னா இதைத்தான் விரும்பினார். இந்தியர்கள் அனை வரையும் பிரதிநிதித்துவம் செய்வதாகக் காங்கிரஸ் உரிமை கொண்டாடியதை அரசப்பிரதிநிதி ஏற்க மறுத்தது ஜின்னாவை மகிழ்ச்சிக்கு உள்ளாக்கியது. போரின்போது முஸ்லீம்களின் ஆதரவும் ஒத்துழைப்பும் உண்டென்று பிரிட்டனுக்கு முஸ்லீம் லீக் உடனே உறுதி அளித்தது.

லீகின் இந்த நிலைபாட்டால் லின்லித்கோ மகிழ்ச்சி அடைந்தார். ஆனால் காங்கிரசை மட்டம் தட்டி, லீகை வளர்க்கவே ஜின்னா முயற்சி செய்து கொண்டிருந்தார் என்பது அவருக்குத் தெரியும். முஸ்லீம் லீக் கோரிய பாதுகாப்புகள் இந்தியாவை அடக்கி ஆள்வதற்கு முரணாக அமையாது என்பதையும் அவர் அறிந்திருந்தார் காங்கிரஸ்-முஸ்லீம் லீக் வேறுபாட்டை, அரசியல் தீர்வுகளுக்கு முட்டுக் கட்டையாக பிரிட்டிஷ்காரர்கள் பயன்படுத்துகிறார்கள் என்ற சரியான குற்றச்சாட்டை காங்கிரஸ் எடுத்துரைத்தது. ஏனென்றால் லின்லித்கோ இந்தக் காலகட்டத்தில் காங்கிரசை எதிர்க்க முற்றிலும் முஸ்லீம் லீகையே நம்பியிருந்தார். மாகாணங்கள் விவகாரத்தில் இரு கட்சிகளுக்கும் உடன் படிக்கை ஏற்படாத வரையில் மத்திய அரசு பற்றி எந்த உடன்படிக்கையும் ஏற்பட முடியாது என்று அவர் 1939 நவம்பர் 2 அன்று அறிவித்தார். இது அரசியல் முன்னேற்றத் துக்கு எதிராக ஜின்னா கையில் ஒரு வீட்டோ தடையுரிமை கொடுத்தது போல ஆகிவிட்டது. 'லீகின் போக்குதான் இந்தியா சுதந்திரம் அடைவதற்கு முக்கியத் தடைக்கல்லாக இருந்தது; ஜின்னாவை ஏகாதிபத்திய ஆதரவாளர் என்று கருதலாம்' என்று லின்லித்கோ பிரபுவே அப்போது இந்தியா வுக்கான பிரிட்டிஷ் அமைச்சராக இருந்த ஜெட்லாண்ட் பிரபுவிடம் 1939 நவம்பர் 8ஆம் நாள் தெரிவித்தார்.

சுதந்திரம் பற்றி பிரிட்டிஷ்காரர்களிடமிருந்து எந்த வாக்குறுதியும் வர வழியில்லை என்ற நிலையில் 1939 அக்டோபர் 30ஆம் நாள் காங்கிரஸ் பதவி துறப்பது என்று

முடிவு செய்தது. இது ஜின்னாவுக்கு வசதியாக இல்லை. காங்கிரஸ் மந்திரிசபைகள் பதவி விலகி விட்டால் அவற்றுக் கெதிரான முஸ்லீம்களின் குறைகள் என்ற முக்கிய ஆயுதத்தை லீக் பயன்படுத்த முடியாமல் போய்விடும்.

காங்கிரசுக்கு எதிரான உணர்ச்சிகளைத் தீவிரமாக வைத்திருக்க ஜின்னா ஒரு புதிய உத்தியை உருவாக்கினார். 1939 டிசம்பர் 22ஆம் நாளை காங்கிரஸ் அரசுகளிடமிருந்து விடுபட்ட "மீட்பு தினம்" என்று கொண்டாடுமாறு அவர் முஸ்லீம்களுக்கு அழைப்பு விடுத்தார். பெரும்பாலான மாகாணங்களில் இந்த மீட்பு தினம் பிசுபிசுத்துப்போனது. ஆனால் காங்கிரஸ் தலைவர்கள் இதனால் கொதிப்படைந் தனர்; இதன் பிறகும் ஜின்னாவுடன் என்ன பேச்சு வார்த்தை, எப்படி நடத்துவது என்று அவர்களுக்குப் புரியவில்லை. லீகின் குற்றச்சாட்டுகளில் உண்மையில்லை என்று லின் லித்கோவுக்குத் தெரியும்; என்றாலும் அவர் மௌனமாக இருந்தார். ஏனெனில், ஜின்னாவின் நடவடிக்கைகள் காங்கிரசுக்கு எதிரானவை; ஆகவே அவை பிரிட்டிஷ்காரர் களுக்கு சாதகமாக அமையும்; எது எப்படி இருந்தாலும் ஜின்னா காங்கிரசுடன் ஒப்பந்தம் எதுவும் நாடவில்லை. லின்லித்கோ, அவரிடம் 1940 ஜனவரி 16 அன்று, "உங்கள் போக்கு உடன்படிக்கை ஏற்படுவதற்குத் தடையாக இருக்கிறது" என்று சொன்னபோது, ஜின்னா "உடன்படிக்கை ஏற்படா விட்டால் உங்களுக்கு என்ன நஷ்டம்?" என்று திருப்பிக் கேட்டார்

தனி முஸ்லீம் நாடு கேட்கிறது முஸ்லீம் லீக்

அதேசமயம் ஒன்றுபட்ட முஸ்லீம் இயக்கத்துக்கான எந்த அறிகுறியும் இல்லை. இந்தப் பின்னணியில்தான் 1940 மார்ச் 23 அன்று முஸ்லீம் லீக் தனி முஸ்லீம் நாடு கோரிக்கையை எழுப்பியது. இதற்கான லாகூர் தீர்மானத்தில் "பாகிஸ்தான்" குறிப்பிடப்படவில்லை.

தேவைப்பட்ட நிலப்பரப்புத் திருத்தங்களோடு, பூகோள ரீதியாக ஒட்டி இருக்கும் பகுதிகள் ஒருங்கிணைக்கப்பட வேண்டும்; முஸ்லீம்கள் பெரும்பான்மையாக இருக்கும் வடமேற்கு மற்றும் கிழக்குப் பிரந்தியங்கள் ஒருங்கிணைக்கப்

பட்டு, அதனுள்ளிருக்கும் அங்கங்கள் தன்னாட்சியும் இறையாண்மையும் கொண்டிருக்கும் வண்ணம் சுதந்திர மாநிலங்களாக உருவாக வேண்டும் என்று கோரியது.

எந்த ஒரு முஸ்லீம் அரசியல் கட்சியும் "பாகிஸ்தான்" என்பதைக் கொள்கையாக ஏற்றுக்கொள்வது இதுதான் முதல் முறை என்றாலும், இந்தக் கருத்து புதியது அல்ல. வடமேற்கு மற்றும் வடகிழக்கு இந்தியாவில் முஸ்லீம்களுக்கென்று ஒரு நாடு உருவானதன் காரணம் இந்தியாவின் முஸ்லீம்களில் பலர் முஸ்லீம் பெரும்பான்மை மாகாணங்களில் வாழ்ந்தார்கள் என்பதல்ல. உண்மையில் முஸ்லீம்களில் 60 சதவீதத்தினர் முஸ்லீம் சிறுபான்மை மாகாணங்களில்தான் இருந்தனர். ஆனால் ஒரு பூகோள விபத்தின் காரணமாக நான்கு மாகாணங்களில் முஸ்லீம்கள் பெரும்பான்மையினராக இருந்தனர். இந்த முஸ்லீம் பெரும்பான்மை மாகாணங்கள் இல்லாமல் இருந்திருந்தாலும் இந்தியாவில் வகுப்புவாதம் இருந்திருக்கலாம். ஆனால் முஸ்லீம்களின் எந்தப் பிரிவினரும் தமக்கென்று தனி நாடு கேட்டிருப்பார்கள் என்பதைக் கற்பனை செய்து பார்க்கக்கூட முடியவில்லை.

'பாகிஸ்தான்' என்ற சொல்லை 1933இல் கேம்பிரிட்ஜ் பல்கலையில் மாணவராக இருந்த சௌத்ரி ரஹ்மத் அலி என்பவர்தான் உருவாக்கினார். 1933 கோடைக் காலத்தில் சிக்கந்தர் ஹயாத் கான் நெகிழ்வான ஒரு கூட்டமைப்பைப் பற்றிய திட்டத்தை வெளியிட்டார். அதில், வட்டார/பிராந்திய சட்ட அவைகள் பொது இலாகாக்களைப் பற்றி முடிவு செய்யும். கூட்டமைப்புக்கு அரசியல் மாற்றாக, தேசப் பிரிவினை பற்றி ஜின்னா செப்டம்பர் 1939இல் விவாதித்தார். தேசப்பிரிவினை இல்லாவிட்டால் முஸ்லீம்கள் பாதுகாப்பாக இருக்க மாட்டார்கள்; எனவே அரசியல் சீர்குலைவை சரிப்படுத்த முடியாவிட்டால் ஏதாவதொரு வடிவத்தில் லீக் பிரிவினை கோர வேண்டியிருக்கும் என்று மார்ச் 4ஆம் நாள் பிரிட்டிஷ் அதிகாரிகளிடம் ஜின்னா தெரிவித்தார்.

"இந்தியாவிலிருக்கும் பிரச்சினை இரண்டு வகுப்புகளைப் பற்றியதல்ல, சர்வதேசத்தன்மை கொண்டது; அதை அவ்வாறு புரிந்து செயல்பட வேண்டும்" என்று லாகூரில் ஜின்னா வலியுறுத்தியதிலிருந்து அவர் இறையாண்மை கொண்ட

பாகிஸ்தான் பற்றிச் சிந்தித்து வந்தார் என்பது தெளிவாகிறது. இரு நாடுகளுக்கு இடையேயான என்ற பொருளில்தான் 'சர்வதேச' என்று அவர் குறிப்பிட்டார். பாகிஸ்தான் கோரிக்கை, ஜின்னா மீது இருந்த இரு புகார்களுக்குப் பதிலாக அமைந்தது. முதலாவதாக ஜின்னா ஆக்கபூர்வமாக இல்லை என்ற லின்லித்கோவின் புகார்; இரண்டாவதாக, அவர் ஏகாதிபத்தியத்தின் பக்கம் இருந்ததால்தான் காங்கிரசின் விடுதலைக் கோரிக்கைக்கு துணை நிற்கவில்லை என்ற குற்றச்சாட்டு. இந்தக் கோரிக்கை வெறும் உத்தியாக மட்டும் இருந்தாலும், அந்த உத்தி ஏதோ ஒன்றை அடையவோ அல்லது தவிர்க்கவோ குறி வைத்திருக்க வேண்டும். லீகை ஓரம்கட்டிவிட்டு காங்கிரசும் பிரிட்டிஷ்காரர்களும் உடன்படிக்கை ஏற்படுத்திக்கொள்வதை தவிர்க்கலாம். மற்றொரு பக்கத்தில் ஏதாவது சாதிக்க வேண்டுமென்று விரும்பினால், அது ஏன் இறையாண்மை கொண்ட பாகிஸ்தானாக இருக்கக் கூடாது? அது இந்து ஆதிக்கத்திலிருந்து முஸ்லீம்களுக்கு ஆறுதல் கொடுக்கும்; முஸ்லீம் பெரும்பான்மை மாகாணங்களில் லீகுக்கு அரசியல் ஆதரவைப் பெற்றுத் தரும்; பாகிஸ்தான் கோரிக்கைக்கு எதிராக இருந்த சிக்கந்தர் ஹயாத் கான் போன்ற பிராந்தியத் தலைவர்களின் செல்வாக்கைக் குறைக்கும். பாகிஸ்தான் என்ற கருத்து இருப்பது காங்கிரசின் விடுதலைக் கோரிக்கையை நிராகரிக்க உதவும் என்பதால் பிரிட்டிஷ்காரர்கள் பாகிஸ்தான் சாத்தியக்கூற்றை மறுக்க மாட்டார்கள் என்று ஜின்னா சாதுர்யமாகவும், சரியாகவும் கணக்குப்போட்டார்.

ஆகஸ்ட் 1940 திட்டம்

போர் முயற்சிகளுக்கு காங்கிரஸ் ஆதரவு தேவை என்று இப்போதும் லின்லித்கோ கருதினார். எனவே, 1940 ஆகஸ்ட் 4 அன்று அவர் ஒரு திட்டத்தை முன்வைத்தார். இந்தத்திட்டம் ஒரு தேசிய அரசாங்கம் நிறுவுவது பற்றியோ அல்லது சுதந்திரம் பற்றியோ எந்த மாதிரியான உறுதியும் அளிக்கவில்லை. இதனால் ஏமாற்றமடைந்த காங்கிரஸ் இதை நிராகரித்தது.

இதற்கிடையில், வருங்காலத்தில் அரசமைப்பு பற்றிய

விவாதங்களில் சிறுபான்மைப் பிரிவினரையும் கலந்து ஆலோசிப்போம் என்று வாக்குறுதி அளித்து லீகை ஈர்க்க பிரிட்டிஷ்காரர்கள் முயற்சி செய்தனர். 'இந்திய தேசிய வாழ்க்கையின் பரவலான, ஆற்றல் வாய்ந்த சக்திகள்' – அதாவது முஸ்லீம் லீக் – ஏற்பளிக்காத எந்த அரசுக்கும் பிரிட்டிஷ்காரர்கள் தமது பொறுப்பை வழங்க மாட்டார்கள் என்று ஆகஸ்ட் திட்டமும் உரைத்தது. ஆனால் நாட்டை நடத்துவதில் லீகுக்கு முழுமையான, சமமான பங்கு இருக்க வேண்டும் என்ற ஜின்னாவின் கோரிக்கை, லின்லித்கோ வுக்கும்கூட அபத்தமாகப்பட்டது. முஸ்லீம் பெரும்பான்மை மாகாணங்களில் லீக் பதவிக்கு வந்தால் அது பிரிட்டிஷ் காரர்களுக்கு மேலும் தலைவலியையே கொடுக்கும். அதிகப்படி அரசியல் ஆதாயங்களுக்காக ஜின்னா பிரிட்டிஷ் காரர்களுடன் பேரம் பேசுவார். பஞ்சாபில் யூனியனிஸ்ட் களுக்கும் பிரிட்டிஷ்காரர்களுக்கும் இடையே இருந்த நல்லுறவுக்கும் ஊறு விளைவிப்பார்.

தான் போர் முயற்சிகளுக்கு ஒத்துழைப்பதற்கு ஈடாக, மைய அரசிலும் மாகாண அரசுகளிலும் 'சம பங்கு' அளிக்கப்படவில்லை என்பதால் ஆகஸ்ட் திட்டத்தை லீக் நிராகரித்தது. முஸ்லீம்களின் ஒரே பிரதிநிதியாகத் தன்னை பிரிட்டிஷ்காரர்கள் அங்கீகரிக்க வேண்டும் மற்றும் சம அந்தஸ்து வழங்கப்பட வேண்டும் என்ற முஸ்லீம் லீகின் கோரிக்கையின் வாதப்போக்கு, இறையாண்மை கொண்ட பாகிஸ்தான் பற்றிய ஜின்னாவின் வேட்கை எவ்வளவு ஆழமானது என்பதைக் காட்டியது. சம அந்தஸ்து வழங்கினால் பிரிட்டிஷ்காரர்கள் முஸ்லீம் நாட்டின வாதத்தை ஒத்துக்கொண்டதாகி விடும்; லீகை காங்கிரசுக்கு சமமாக ஏற்றுக் கொண்டதாகும்; மாறாக முஸ்லீம்கள் ஒரு தனி நாட்டினம் என்று பிரிட்டிஷ்காரர்கள் ஏற்றுக் கொண்டால் அவர்களுக்கு சம அந்தஸ்து வழங்க வேண்டும். ஆகஸ்ட் திட்டத்தை நிராகரிக்குமாறு முஸ்லீம் லீக் காரியக் கமிட்டியை ஜின்னா கேட்டதை இந்த வாதம் நியாயப் படுத்தியது. முஸ்லீம் லீக் காரியக்கமிட்டி திட்டத்தை ஏற்றுக் கொள்ளத்தான் விரும்பியது. ஆனால் முழுமையாக ஒத்துழைப்பது என்றால், இந்திய சாம்ராஜயத்தைக்

காப்பாற்றுவது, காங்கிரஸைத் தீர்த்துக் கட்டுவது, ஆட்களும் பணமும் ஏற்பாடு செய்வது, நிர்வாகத்தை நடத்துவது ஆகிய பொறுப்புகளுக்கான முழுச்சுமையும் பிரிட்டிஷ்காரர்கள் மற்றும் லீக் மீது விழும் என்ற ஜின்னாவின் எச்சரிக்கைக்கு மதிப்பளித்தது. காங்கிரஸ் ஒத்துழைக்கத் தீர்மானித்தால், பிரிட்டிஷ்காரர்கள் பாகிஸ்தான் திட்டத்தை நிராகரித்து விடுவார்கள். எனவே வேண்டிய மட்டும் சலுகைகளைக் கறந்துவிட ஏதுவாக பொறுமையாக இருக்க வேண்டும் என்று ஜின்னா அறிவுறுத்தினார். ஜின்னாவின் சொல் ஏற்கப்பட்டது என்பது அவர் அகில இந்திய முஸ்லீம் லீகில் கொண்டிருந்த ஆளுமையையும், நினைத்ததை முடிக்கும் அவரது திறமை யையும் காட்டுகிறது.

இதிலிருந்து தெரியவரும் முதல் விஷயம்: லின்லித்கோ மற்றும் மாகாண ஆளுநர்கள் அகில இந்திய அளவில் காங்கிரசுக்கு மாற்றாக லீக் உருவாக வேண்டும் என்று விரும்பினாலும், முஸ்லீம் பெரும்பான்மையினர் மாகாணங் களில் லீக் ஆட்சியை அவர்கள் வரவேற்கவில்லை. குறிப்பாக பஞ்சாபில் போர் முயற்சிகள் வெற்றிகரமாக நடைபெறு வதற்கு அது தடங்கல் செய்யும். இவ்வாறாக அரசப் பிரதிநிதியே மைய அளவிலும் மாகாணங்கள் அளவிலும் லீக் தொடர்பாக வெவ்வேறு கொள்கைகளைப் பின்பற்றினார்.

இரண்டாவதாக, மாகாண முஸ்லீம் அரசியலில் ஜின்னாவின் நேரடி செல்வாக்கு அப்படி ஒன்றும் பிரமாதமானது அல்ல. பல்வேறு கோஷ்டிகளுக்கிடையே இருந்த பூசல்களைத் தந்திரமாகப் பயன்படுத்திக் கொள்வதைப் பொறுத்தே இந்தச் செல்வாக்கு அமைந்திருந்தது.

மூன்றாவதாக, ஜின்னா போர் முயற்சிகளுக்கு ஆதரவு அளிக்கவில்லை என்பது அவர் காங்கிரசை எதிர்க்கிறார் என்பதைவிடச் சிறிய விஷயமாகவே லின்லித்கோவுக்குப் பட்டது என்பது வெட்ட வெளிச்சமாகியது. போர் முயற்சிகள் விஷயத்தில் அவரது பேரம் பேசும் தந்திரங்கள் அரசப் பிரதிநிதியை ஏமாற்றமடையச் செய்தன; ஆனால் ஜின்னா ஏமாற்றுகிறார் என்று வெளிப்படையாகச் சொல்வதில் அர்த்தமில்லை என்று அவர் கருதினார். அகில இந்திய அளவில் லீக் மட்டும்தான் காங்கிரசுக்கு மாற்று.

சிக்கந்தர் போர் முயற்சிகளுக்கு ஆதரவு அளித்தார் ஆனால் அவருக்கு முதுகெலும்பு இல்லை. "நான் புலி வேட்டைக்குத் தயங்கவில்லை; ஆனால் அதுபோன்ற விளையாட்டுக்களில் ஈடுபடும்போது எனது துணைவர்கள் உறுதியாக இருக்க வேண்டும் என்பது எனக்கு முக்கியமாகப்படுகிறது" என்று இந்தியாவுக்கான பிரிட்டிஷ் அமைச்சர் அமேரி பிரபுவுக்கு 1941 செப்டம்பர் 1 அன்று எழுதிய கடிதத்தில் லின்லித்கோ குறிப்பிட்டார்.

6

முஸ்லீம் லீக் முன்னேறுகிறது
1942-45

பேர்ல் ஹார்பரில் 1941 டிசம்பர் 6 அன்று ஜப்பான் தாக்குதல் நடத்தியது. இதைத் தொடர்ந்து, போர் முயற்சிக்கு அரசியல் ஆதரவு தேடுமுகமாக இந்தியாவில் புதிய அரசியல் தீர்வுக்கான முயற்சிகள் மேற்கொள்ளுமாறு அமெரிக்கா பிரிட்டனை வலியுறுத்தத் தொடங்கியது. எனவே, இந்தியாவின் இக்கட்டான நிலைமையை முடிவுக்குக் கொண்டு வருவதற்கு அரசமைப்பு முயற்சிகள் மேற்கொள்வதாக அமெரிக்காவுக்குக் காட்டிக்கொள்ள வேண்டிய நிர்ப்பந்தம் பிரிட்டிஷ்காரர்களுக்கு ஏற்பட்டது. பிரிட்டிஷ் எதிர்ப்பு உணர்வு பரவி வருகிறது என்று மாகாணங்களிலிருந்து வந்த அறிக்கைகளைக் கண்டு போர்க்கால அமைச்சரவை சோர்வடைந்திருந்தது. எனினும், காங்கிரஸ் கோரிய அரசியல் முன்னேற்றத்தை வழங்க பிரிட்டன் தயாராக இல்லை.

தாம் புறக்கணிக்கப்பட்டு விடுவோமோ என்ற நிரந்தர அச்சத்தில் இருந்த ஜின்னாவும் முஸ்லீம் லீகும் காங்கிரசின் விடுதலைக் கோரிக்கையை எதிர்ப்பதாக பிரிட்டிஷ்காரர்களுக்கு உறுதி அளித்தனர். முஸ்லீம் லீகுக்கு 1941 ஏப்ரலில் ஆற்றிய தமது தலைமை உரையில், "பாகிஸ்தான் இந்தத் துணைக் கண்டத்தில் தற்சார்ந்த நாட்டினத்தின் அந்தஸ்து கொண்ட தற்சார்ந்த நாடாக இருக்கும்" என்று ஜின்னா குறிப்பிட்டார். மாகாண லீக் தலைவர்கள் இந்த விஷயத்தில் அவருடன் ஒத்த கருத்து கொண்டிருக்கவில்லை. இந்துக்களுக்கும் முஸ்லீம்களுக்கும் சமஉரிமை உள்ள, பாதுகாப்பு போன்ற பொது விஷயங்களில் கூட்டமைப்பாகிய,

இந்தியாவின் ஒரு அங்கமாகவே அவர்கள் பாகிஸ்தானைக் கருதினார்கள்.

முஸ்லீம் லீகின் நிலை, காங்கிரசுக்கு எந்தச் சலுகையும் கிடைப்பதற்கான வாய்ப்பைத் தவிர்க்கும் என்று பிரிட்டிஷ் காரர்கள் அற்ப சந்தோஷம் அடைந்தனர். காங்கிரஸ் போர் இயந்திரத்துக்கு எதிரி அல்ல, அதற்குப் பொறுப்பேற்பதி லிருந்து தன்னை விலக்கி வைப்பதையே எதிர்க்கிறது என்பதை மறந்து விட்டு, காங்கிரசை பாதுகாப்பு நிலைக்குத் தள்ளி விட்டு செயலிழக்கச் செய்துவிடக் கனவு கண்டனர்.

காங்கிரசுடன் ஒத்துப்போக ஜின்னாவுக்கு எந்தக் காரணமும் இல்லை. பிரிட்டிஷ்காரர்கள் அதிகாரத்தை ஒப்படைப்பார்கள் என்ற அவரது நம்பிக்கையை உறுதிப் படுத்தினார்கள். அப்படி இருக்கும்போது, வலியச் சென்று காங்கிரசுடன் எதற்காக சமரசம் செய்து கொள்ள வேண்டும்?

கிரிப்ஸ் திட்டம்: 1942 மார்ச்

1942 பிப்ரவரி 21 அன்று ரங்கூனும், மார்ச் 8 அன்று சிங்கப்பூரும் கையைவிட்டுப் போனவுடன், இந்தியாவில் அரசியல் மாற்றத்துக்கு முயற்சி செய்வதாகக் காட்டிக்கொள்ள வேண்டிய அவசியம் போர்க்கால அமைச்சரவைக்கு ஏற் பட்டது. எனவே, சர்ச்சில், போர்க்கால அமைச்சரவையில் முத்திரைப் பிரபுவாக இருந்த ஸர் ஸ்டாப்ஃபோர்ட் கிரிப்ஸ் என்பவரை அனுப்பினார். இந்தியாவுக்கு டொமினியன் அந்தஸ்து வழங்குவதாகவும், போர் முடிந்த பிறகு பேரரசின் அங்கமாக இருப்பதா வேண்டாமா என்பதை டொமினியனே தீர்மானிக்கலாம் என்றும் ஒரு வரைவு அறிவிப்பை அவர் வசம் சர்ச்சில் கொடுத்தனுப்பினார். போர் முடிந்த பிறகு மாகாண சட்டசபைகளுக்குத் தேர்தல் நடக்கும் என்பது கிரிப்ஸ் திட்டத்தின் அம்சமாகும். இதன்படி, சட்டசபைகளின் கீழவைகள், ஒரே தேர்தல் மையமாகச் செயல்பட்டு, விகிதாச்சார பிரதிநிதித்துவ அடிப்படையில் அரசமைப்பு உருவாக்கும் அமைப்பைத் தேர்ந்தெடுக்கும்; மாகாணங்கள் கூட்டமைப்பிலிருந்து விலகி தனக்கென அரசமைப்பை உருவாக்கிக் கொள்ள உரிமை உண்டு.

இவ்வாறாக, அதிகார மாற்றத்துக்கு முன்பே பிரிவினை

ஏற்படுவதற்கு கிரிப்ஸ் திட்டம் வழிவகுத்தது. போருக்குப் பிறகான அரசமைப்புத் தீர்வுக்கு அடிப்படையாக, 1935ஆம் ஆண்டுச் சட்டத்தை பிரிட்டிஷ்காரர்கள் ஒரே மூச்சில் தூக்கி எறிந்து விட்டார்கள். அதிகாரக் கைமாற்றத்தில் ஈடுபட்ட முக்கியக் கட்சிகள் காங்கிரசும் முஸ்லீம் லீகும்தான் என்று பிரிட்டிஷ்காரர்கள் கருதியதை கிரிப்ஸ் திட்டம் முதல் முறையாக அம்பலப்படுத்தியது. முஸ்லீம் லீகின் பாகிஸ்தான் கோரிக்கையை அங்கீகரிக்கும் முகமாக, பிரிவினைக் கொள்கை கிரிப்ஸ் திட்டத்தில் இடம் பெற்றது.

இதனால், கிரிப்ஸ் திட்டத்தை காங்கிரஸ் அமல்படுத்த முனைவதைக் கண்டு பிரிட்டிஷ்காரர்கள் வியப்படைந்தனர். கிரிப்ஸ் திட்டம் பாகிஸ்தான் கோரிக்கையை இந்த அளவுக்கு நிறைவு செய்வதைக் கண்டு ஜின்னாவே துணுக்குற்றார்; அதன்கீழ் அமைக்கப்பட்ட எந்த அரசிலும் அங்கம் வகிக்க அவர் தயாராக இருப்பதாகவே தெரிந்தது. ஒரு சமரசம் ஏற்படுவதுபோலத் தெரிந்தது. ஆனால் பேச்சுவார்த்தைகள் தோல்வி அடைந்தன – இந்திய அரசியல் கட்சிகளின் மனப் பான்மையின் காரணமாக அல்ல; இந்தியாவுக்கு அரசியல் உரிமை வழங்குதல் என்பது, பிரிட்டிஷ் சாம்ராஜ்யத்தைக் கலைப்பதற்கு நிகரானது என்று கருதி சர்ச்சில் அதை மறுத்து விட்டதே இதற்குக் காரணம். ஒரு உடன்பாடு ஏற்படுவது சாத்தியம் என்று தென்பட்ட வேளையில் பிரிட்டிஷ் அமைச்சரவை அதைத் தடுத்து விட்டதால் கிரிப்ஸ் திட்டம் தோல்வி அடைந்தது.

காங்கிரசுடன் ஒத்துப்போகாமல் இருப்பதன் இலாபத்தை கிரிப்ஸ் திட்டம் ஜின்னாவுக்கு உணர்த்தியது. இந்தியக் கூட்டமைப்பிலிருந்து விலகிப் போகும் உரிமையை மாகாணங் களுக்கு வழங்கியதன் வாயிலாக, போருக்குப்பின் அதிகாரக் கைமாற்றம் செய்யப்பட்டால் பாகிஸ்தான் கிடைக்க வாய்ப்பு உண்டு என்பதை அறியுமாறு முஸ்லீம் லீகை கிரிப்ஸ் திட்டம் ஊக்குவித்தது.

ஆனால் பாகிஸ்தான் என்ற கருத்து ஏற்கெனவே ஒரு அடி முன்னேறி இருந்தது. பிரிட்டிஷ் அரசு அதிகாரிகளே இதை உணர்ந்திருந்தனர். தத்தமது சமூகங்களைப் பாதுகாக் கிறோம் என்று சொல்லிக் கொண்டு, வகுப்புவாத

அமைப்புகள் உள்ளூர் பாதுகாப்புக் குழுக்களை உருவாக்கத் தொடங்கின. இதனால் வகுப்புவாதப் பதற்றம் தீவிர மடைந்தது. காங்கிரசின் வலதுசாரித் தலைவராகிய சி. இராஜகோபாலாச்சாரியார் (இராஜாஜி) 1942 ஏப்ரலில் வரைந்த திட்டம் ஒன்று, பாகிஸ்தான் கருத்துக்கு ஒப்புதல் அளித்தது. காந்திஜி இதனால் பெரிதும் கலக்கமுற்றார். இராஜாஜியின் திட்டம் அகில இந்திய காங்கிரஸ் கமிட்டியால் தோற்கடிக்கப் பட்டது. ஆனால் ஒரு முன்னணி காங்கிரஸ்காரர் பாகிஸ்தான் என்ற கருத்தை ஏற்றுக் கொண்டதும் அதற்கு முக்கியத்துவம் அளித்ததும் வகுப்பு வாத உணர்வுகளைத் தீவிரப்படுத்தியது.

இராஜாஜியின் திட்டம் சீக்கியத் தலைவர்களையும் கலக்கமுற வைத்தது. முஸ்லீம் லீகிடம் காங்கிரஸ் விலைபோய் விட்டதாக அவர்கள் கருதினார்கள். எனவே, பல்தேவ் சிங் தலைமையிலான அகாலிக் கட்சி, இந்தியாவையோ பஞ்சாபையோ பிரிப்பதற்கு எதிராக இருந்த சிக்கந்தர் ஹயாத் கான் மற்றும் அவரது யூனியனிஸ்ட் கட்சியுடன் 1942 ஜூனில் சமரசம் பேசியது. சீக்கியர்களின் வருங்கால அரசியல் நிலை பற்றி அவர்களுக்கு பிரிட்டிஷ்காரர்கள், காங்கிரஸ் மற்றும் முஸ்லீம் லீக் ஆகிய எவரிடமிருந்தும் எந்த உத்தரவாதமும் கிடைக்கவில்லை. இதனால் அவர்கள் வருத்தமுற்றிருந் தார்கள். பஞ்சாப் அவர்களது தாய்வீடு. ஆனால் அதன் எந்த மாவட்டத்திலும் அவர்கள் பெரும்பான்மையினராக இல்லை. எந்த ஒரு தனி முஸ்லீம் நாட்டிலும் குடியிருப்பதை அவர்கள் எதிர்த்தார்கள். அவர்களது தலைவர்களில் ஒருவராகிய தாரா சிங், பாகிஸ்தான் நிதர்சனமானால் பஞ்சாபில் குடிமைப்போர் எழும் என்று எச்சரித்தார்.

காங்கிரசின் வெள்ளையனே வெளியேறு போராட்டம்

கிரிப்ஸ் திட்டத்தின் தோல்வியின் விளைவாக அகில இந்திய அரசியலில் பல்வேறு பிரிவினரிடையே ஏமாற்ற உணர்வு நிலவியதை பிரிட்டிஷ் அதிகாரிகள் உணர்ந்தனர். ஆனால் லின்லித்கோ, காங்கிரசில் ஏற்பட்டிருந்த கருத்து வேற்றுமை யால் திருப்தி அடைந்திருந்தார். காங்கிரஸ் ஒரு சோதனை யான சூழ்நிலையில் இருப்பதாகவும் திக்குமுக்காடிக்

கொண்டிருப்பதாகவும் உணர்ந்தார். 1942 ஜூலை 14 காங்கிரஸ் காரியக்கமிட்டித் தீர்மானத்திலும், வெளிப்படையான புரட்சி பற்றிய காந்தியகளின் பேச்சிலும் காங்கிரசின் ஏமாற்ற உணர்வு வெளிப்பட்டது.

புரட்சிக்கான அறைகூவல் எவ்வளவு ஆபத்தானது என்பதை பிரிட்டிஷ்காரர்கள் உணரவில்லை. வரிகொடாமை அல்லது நிலவரி கொடாமை போன்ற ஒத்துழையாமை இயக்கத்துக்கு ஆயத்த ஏற்பாடுகள் நடப்பதாகவே சில அறிக்கைகள் இருந்தன. இதன் விளைவாக பிரிட்டிஷ்காரர்களை இந்தியாவை விட்டு வெளியேறக் கோரிய காங்கிரஸ் காரியக் கமிட்டியின் ஆகஸ்டு 8 தீர்மானம் அவர்களை அதிர்ச்சிக்கு உள்ளாக்கியது. காங்கிரஸ் திட்டமிட்டுள்ள நடவடிக்கையை முடக்கி விடலாம் என்ற நம்பிக்கையில் பிரிட்டிஷ்காரர்கள் காங்கிரஸ் தலைவர்களை மறுநாள் கைது செய்தார்கள். மூன்று நாட்களில், தலைமையற்ற, கட்டமைக்கப்படாத காங்கிரஸ் ஆதரவாளர்கள் நாட்டின் பல்வேறு பகுதிகளிலும் கிளர்ந்தெழுந்ததைக் கண்டு அவர்கள் வியப்படைந்தனர். மக்கள் செல்வாக்கு மிக்க தலைவர்களைக் கைது செய்ததன் காரணமாக எழுந்த இயல்பான எதிர்வினைதான் இந்தக் கிளர்ச்சிகள்; அவற்றுக்கிடையே எந்த ஒருங்கிணைப்பும் இல்லை என்று பிரிட்டிஷ் இராணுவ உளவுத்துறை வட்டாரங்கள் முடிவு கட்டின.

அதாவது, காங்கிரஸ் தலைவர்களைக் கைது செய்தது பெருத்த தன்னிச்சையான குடிமைப் புரட்சி வெடிப்பதை துரிதப்படுத்தியது. "1857க்குப்பிறகு, மிக ஆபத்தான ஒரு பிரச்சினையைத் தாம் சந்தித்துக் கொண்டிருப்பதாக" ஆகஸ்டு 31ஆம் நாள் லின்லித்கோ, சர்ச்சிலுக்குத் தெரிவித்தார். இதன் அளவையும் தீவிரத்தையும் இராணுவப் பாதுகாப்புக் காரணங்களுக்காக வெளி உலகத்திலிருந்து அதுவரை மறைத்துக் கொண்டிருப்பதாகவும் அவர் தெரிவித்தார்

1942இன் நிகழ்வுகள் தேசிய உறுதிப்பாட்டின் ஆழத்தை வெளிப்படுத்தின. ஆகஸ்டு, செப்டம்பர் மாதங்களில் புரட்சியை நசுக்குவதற்கு பிரிட்டிஷ்காரர்கள் 57 பட்டாலியன்களைப் பயன்படுத்த வேண்டியிருந்தது. இவற்றில் 24,

பயிற்சியில் இருந்த களஅமைப்புகளிலிருந்து கொண்டு வரப்பட்டன. வடக்கு மைய பீஹார், கிழக்கு உத்திரப் பிரதேசம் ஆகியவற்றின் பெரும்பகுதியில் நிர்வாகம் சீர் குலைந்தது. செய்தித் தொடர்பு அற்றுப்போன காரணத்தால் பீஹார் மாநில ஆளுநர் பதினைந்து நாட்களுக்கொருமுறை அனுப்பும் அறிக்கையை ஆகஸ்ட் மாதத்தில் தில்லிக்கு அனுப்ப முடியாமல் போனது. இருப்புப்பாதைகள் மறிக்கப்பட்டன அல்லது பெயர்க்கப்பட்டன. தந்திக்கம்பிகள் துண்டிக்கப்பட்டன. பாதுகாப்புப் படையினர் இல்லாத காரணத்தால் ஒரிஸ்ஸாவில் சில புகைவண்டி நிலையங்களை பாதுகாக்கப்பட்ட பகுதி என்று அறிவிக்க இயலாமல் போனது. பம்பாயில் கசையடிச் சட்டம் திரும்பக் கொண்டு வரப்பட்டது. போர்க்கால அமைச்சரவை இது பற்றி கவலை தெரிவித்தபோது, "சரியாகச் சொன்னால் இதை உடல்வாதைத் தண்டனை என்றே குறிப்பிடவேண்டும்; மிக இக்கட்டான சூழலில் இது ஒரு சில்லறை விஷயமே" என்று தெரிவிக்கப் பட்டது.

1943இன் துவக்கத்தில் வெள்ளையனே வெளியேறு போராட்டம் அடக்கப்பட்டது. ஆனால் இந்தியர்கள் போர் முயற்சிக்கு உடன்படவில்லை என்பதை பிரிட்டிஷ் அரசு அறிந்து கொண்டது. நேருவும் அவரது நண்பர்களும் சிறையில் மிகவும் நன்றாக இருந்தார்கள்; பாட்மிண்டன் விளையாடிக் களித்திருந்தார்கள் என்ற செய்தியும் அதிகாரி களுக்கு ஊக்கமளிப்பதாக இல்லை.

இந்தியாவை விட்டு வெளியேற வேண்டும் என்ற பிரிட்டிஷ்காரர்களின் எண்ணம் நெடுங்காலப் பிரச்சினை. ஜின்னா இந்த இயக்கத்தை, மிக அபாயகரமானது, காங்கிரஸ் கோரிக்கைகளைத் துப்பாக்கி முனையில் அடையும் முயற்சி என்று அறிவித்தார். காங்கிரஸ் கோரிக்கைகள் ஏற்கப் பட்டால், இந்தியாவில் முஸ்லீம்களின் நலன்கள் பலியிடப் படும். எனவே இந்தப் புரட்சியிலிருந்து முழுமையாக விலகி இருக்க வேண்டும் என அவர் முஸ்லீம்களுக்கு வேண்டுகோள் விடுத்தார். மாகாண லீக் தலைவர்களும் அவரைப் பின்பற்றி தமது செல்வாக்கால், வெள்ளையனே வெளியேறு போராட் டத்திலிருந்து முஸ்லீம்களை விலக்கி வைத்திருந்தனர்.

வகுப்புவாத சம்பவங்களோ, முறைகேடுகளோ நடவாமல் இருந்தது, வெள்ளையனே வெளியேறு இயக்கத்தின் குறிப்பிடத்தக்க ஒரு அம்சமாகும். பொதுவாக முஸ்லீம்கள் இந்த இயக்கத்திலிருந்து விலகி இருந்தாலும், பெரும்பாலும் இந்துக்களாக இருந்த நாசவேலைக்காரர்களுக்கு எதிராக சாட்சி சொல்ல மிகச்சில முஸ்லீம்களே முன்வந்தனர். இது பிரிட்டிஷ்காரர்களைக் கலக்கமுறச் செய்தது.

பிரிட்டிஷ்காரர்கள் பாகிஸ்தானை ஊக்குவிக்கிறார்கள்

காங்கிரசும் அதன் ஆதரவாளர்களும், பிரிட்டிஷ் சாம் ராஜ்யத்தின் அஸ்திவாரத்தையே உலுக்கும்படியாகச் சட்டமறுப்பு (Civil disobedience) இயக்கத்தில் ஈடுபட்டிருந்த வேளையில் லின்லித்கோ, மாகாணங்களில் காங்கிரஸ் அல்லாத அரசுகளை அமைப்பதற்கான வாய்ப்புகளை ஆராயுமாறு கவர்னர்களுக்கு ஆலோசனை வழங்கினார். காங்கிரசுக்கு எதிரான பிரச்சார பலம் இவற்றுக்கு இருக்கும் என்பதே இதன் காரணம். இதன் விளைவாக, முஸ்லீம் பெரும்பான்மை இருந்த மாநிலங்களில் முஸ்லீம் லீக் அமைச்சரவைகள் உருவாயின. முஸ்லீம் லீகின் அந்தஸ்து உயர்வதற்கும் பாகிஸ்தான் கருத்து வளர்வதற்கும் பிரிட்டிஷ் காரர்கள் கைங்கர்யம் இந்தமட்டுமாகும்.

சிந்து மாகாணத்தில், அல்லா பக்ஷை தலைமை அமைச்சர் பதவியிலிருந்து நீக்கினார் லின்லித்கோ. காரணம், அவர் தமது பட்டங்களைத் துறந்ததும், போர்முயற்சியை அவர் அமைச்சரவை அறைகுறை மனத்தோடு செயல்படுத்தியதுமே ஆகும். ஜின்னாவின் விருப்பத்துக்கு எதிராக, ஜி.எச் ஹிதயத்துல்லா தலைமையிலான அமைச்சரவையில் சேர மாநில லீகினர் முடிவு செய்தனர். ஆனால் ஹிதயத்துல்லாவே முஸ்லீம் லீகில் சேர்ந்து அவர்களை அதிர்ச்சிக்கு உள்ளாக்கினார்; ஒருவேளை அவர் சிந்துவில் இருந்த காங்கிரசின் செல்வாக்குக்கு தான் ஆளாகி விடுவோம் என்று அஞ்சி இருக்கலாம். கூட்டணியில் இருந்த இந்து அமைச்சர்கள் அவரை எதிர்த்து வெளியேறக்கூடும். அப்படி நிகழ்ந்தால், முஸ்லீம் லீகின் ஆதரவோடு, தமது தலைமை அமைச்சர் பதவியைத் தக்க வைத்து எதிர்காலத்தை உறுதிப்படுத்திக்

கொள்ள முடியும் என்று கருதியிருக்கலாம்.

பதவியிலிருந்தபோது முஸ்லீம் லீக் சிந்து மாகாணத்தில் தனது அமைப்பை விரிவு படுத்திக்கொண்டது. 1943 மார்ச் வாக்கில் தார் பக்கார் மாவட்டத்தில் மட்டும் சுமார் 30,000 உறுப்பினர்கள் சேர்க்கப்பட்டனர். வடமேற்கு எல்லைப்புற மாகாணத்திலிருந்த 21 காங்கிரஸ் சட்டமன்ற உறுப்பினர்களில் 8 பேர் 1942 ஆகஸ்டில் கைதானதால், மாகாண சட்டசபையில் காங்கிரசின் பெரும்பான்மை குறைந்து முஸ்லீம் லீக் அமைச்சரவை உருவாக வாய்ப்பு ஏற்பட்டது. ஆனால் முஸ்லீம் லீகில் இருந்த உட்கட்சிப் பிரிவினைகளால் அதன் அமைச்சரவையைப் பதவியில் அமர்த்த ஆளுநர் கன்னிங்ஹாம் தயங்கினார். அகாலிகளுடனும் இந்து மஹா சபையுடனும் நீண்ட பேரப் பேச்சுக்குப்பின், வடமேற்கு எல்லைப்புற மாகாணத்தின் முஸ்லீம் லீக் தலைவர் ஔரங்கசீப் கான் தலைமையில் அகாலிகளுடன் இணைந்து ஒரு கூட்டணி அமைச்சரவை ஏற்பட்டது. ஆனால் 43 உறுப்பினர்கள் அடங்கிய மாகாண சட்டசபையில் 19 உறுப்பினர்களின் ஆதரவுதான் இந்த அமைச்சரவைக்கு இருந்தது.

வங்காளத்தில் முழுக்க முழுக்க ஆளுநரின் ஆர்வம் மற்றும் நடவடிக்கையின் விளைவாகவே முஸ்லீம் லீக் அமைச்சரவை பதவியில் அமர்த்தப்பட்டது. வெள்ளையனே வெளியேறு போராட்டம் தொடங்கியதிலிருந்தே ஹக் அமைச்சரவையின் போர் சம்பந்தப்பட்ட அனைத்து நடவடிக்கைகளிலும் ஆளுநர் ஹெர்பர்ட் அதிருப்தி அடைந்திருந்தார். வங்காள சட்டசபையில் நம்பிக்கை வாக்கெடுப்பில் ஹக் தோற்று விடக்கூடும் என்ற நொண்டிச் சாக்கைக் கூறி அவரைப் பதவி நீக்கம் செய்தார்; நம்பிக்கை வாக்கெடுப்பில் தோல்வியுற்றால் பதவி விலகிவிடுவதாக ஹக் பலமுறை கூறியிருந்தார். க்வாஜா நசீமுதீன் தலைமையிலான லீக் அமைச்சரவை 1943 ஏப்ரலில் பதவியில் அமர்த்தப் பட்டது. வங்காள சட்டசபையிலிருந்த ஐரோப்பியர்கள் ஆதரவு இதற்கு இருந்தது. லீகில் உறுப்பினராக இல்லாத முஸ்லீம் ஒருவர்கூட இதில் இருக்கவில்லை. போர் முயற்சிகள் முன்னேறுவதற்கு முழு ஒத்துழைப்பும் வழங்குவதாக க்வாஜா

நசீமுதீன் வாக்களித்திருந்தார்.

போர் முயற்சிக்கு நசீமுதீன் வழங்கிய ஆதரவு பற்றி ஜின்னா அதிருப்தி அடைந்திருந்தார்; ஆனால், எதுவும் செய்ய இயலாதிருந்தார்; வங்காளத்தில் அமைச்சரவை அமைத்ததால் லீக் பெற்ற பெருமையை அவர் சிதறடிக்க விரும்பவில்லை.

1943 டிசம்பரில், 5 முதல் 7 வரையிலான உறுப்பினர்கள் அடங்கிய ஒரு நடவடிக்கைக் குழுவை ஜின்னா அமைத்தார். இதன் நோக்கம்: இந்தியா முழுவதிலுமுள்ள முஸ்லீம்களை எந்தச் சூழ்நிலைக்கும் தயார்படுத்துவது, ஒருங்கிணைந்த இந்தியாவின் அரசமைப்பை எதிர்ப்பது, பாகிஸ்தான் அடைவதற்காகப் போராடுவது. மாகாண லீக் அமைப்புகள் மீது இந்த நடவடிக்கைக் குழுவுக்கு எவ்வளவு கட்டுப்பாடு இருந்தது என்று சொல்வது கடினம். வடமேற்கு எல்லைப்புற மாகாண லீகுடன் இதற்கு கிட்டத்தட்ட எந்தத் தொடர்புமே இருக்கவில்லை. ஜின்னாவே மாகாண அரசியலில் அதிக ஆர்வம் இல்லாமல்தான் இருந்தார். அகில இந்திய ,அளவில் தன் நிலையையும் அந்தஸ்தையும் வலுப்படுத்திக் கொள்வதில் தான் அவர் கவனம் செலுத்தினார். முஸ்லீம் கட்சிகள் அல்லாதவற்றுடனோ அல்லது லீக்கில் இல்லாத முஸ்லீம் களுடனோ கூட்டாட்சி அமைப்பது, அனைத்து முஸ்லீம் களுக்கும் லீக்தான் பிரதிநிதி என்று சொல்லிக் கொள்வதற்குத் தடையாக இருக்கும்; இதனால்தான் மாகாண லீகினர், முஸ்லீம் லீகில் இல்லாத முஸ்லீம்களுடன் சேர முயற்சித்த போதெல்லாம் அவர் அந்த முயற்சிகளை நசுக்கினார்.

பஞ்சாபில் ஆதிக்கம் செலுத்த ஜின்னாவின் முயற்சி

லீக் அமைச்சரவையை உருவாக்க வேண்டும் என்று முன்னெப்போதும் இல்லாத, தனித்துவம் படைத்த ஒரு பிரச்சாரத்தை 1942 நவம்பரில் ஜின்னா பஞ்சாபில்தான் தொடங்கினார். அவரது பஞ்சாப் பயணம் மாகாண அரசியலில் அதிர்வுகளை ஏற்படுத்தியது; அவர் பாகிஸ்தான் கோரிக்கையை எழுப்பியதும், சீக்கியர்களை ஒரு "துணை நாட்டினம்" என்று வர்ணித்ததும் யூனியனிஸ்டுகளுடனான கூட்டணிக்கு இடையூறு விளைவித்தது. ஜின்னாவின் போக்கினால் தடுமாற்றம் அடைந்த அதே நேரத்தில்,

யூனியனிஸ்ட் கட்சியின் முஸ்லீம்களைப் பகைத்துக் கொள்ள விரும்பாத சிக்கந்தர், "பாகிஸ்தானுக்கான முதல் போராளியுடன்" தாம் ஒத்த கருத்துக் கொண்டிருப்பதாக அறிவித்தார். சிக்கந்தர்-ஜின்னா ஒப்பந்தம், பல்தேவ் சிங்-உடன் ஏற்பட்டிருந்த கூட்டணியின் அஸ்திவாரத்தையே அசைத்தது; பஞ்சாபில் வகுப்புப் பிரிவினையை விரிவு படுத்தியது. பல்தேவ் சிங்-உடன் ஏற்படுத்திய உடன்படிக்கையை மதிக்கவில்லை என்றும், முஸ்லீம் ஆதரவு மனப்பான்மை கொண்டவர் என்றும் சிக்கந்தரை சீக்கியர்கள் குற்றம் சாட்டினார்கள்.

பொதுமக்கள் ஆதரவு என்று பார்க்கப்போனால், பஞ்சாபில் லீக் நடத்திய கூட்டங்கள் பெருந்திரளான மக்களை ஈர்க்கவில்லை. ஆனால் 1942 டிசம்பரில் சிக்கந்தர் மறைவு, யூனியனிஸ்டுகளுக்கு ஒரு அடியாக அமைந்தது. பஞ்சாபில் போர் முயற்சியில் அவரால் வெற்றியை அனுபவித்த பிரிட்டிஷ்காரர்களுக்கும் அது ஒரு அடிதான். போர் தொடங்கிய பிறகு, உட்பூசல்களோ, அடிக்கடி அமைச்சரவை மாற்றங்களோ இல்லாத ஒரே முஸ்லீம் பெரும்பான்மை மாகாணம் பஞ்சாப்தான். யூனியனிஸ்ட் கட்சி, அதாவது பஞ்சாப், தனது புதிய தலைவரைத் தேர்ந்தெடுப்பதில் தன் கருத்தை நுழைக்கும் முயற்சியில் ஜின்னா தோல்வியுற்றார். புதிய தலைவர் கிஸர் ஹயாத் கான் டிவானா, 1943 மார்ச்சில் தில்லியில் நடந்த அகில இந்திய முஸ்லீம் லீக் கூட்டத்தில் ஜின்னாவுக்கு எதிராகத் தம்மை நிலை நிறுத்திக் கொண்டார். தான் 1942 ஜின்னா-சிக்கந்தர் உடன்படிக்கையை பின்பற்றப் போவதாக முழங்கினார்; ஆனால் பஞ்சாபில் தனி லீக் கட்சி தொடங்குவதை இவரால் தடுக்க முடியவில்லை.

இத்துடன், ஜின்னாவுக்கும் கிஸருக்கும் இழுபறி தொடங்கியது. கிஸரின் அமைச்சரவையை, "முஸ்லீம் லீக் கூட்டணி" என்று அறிவிக்க வேண்டும் என்று ஜின்னா விரும்பினார். ஆனால் தாம் ஜின்னா-சிக்கந்தர் உடன்படிக்கையின்படி நடக்க விரும்புவதாகவும், 'யூனியனிஸ்ட்' என்ற பெயரையே தொடர விரும்புவதாகவும் கிஸர் பதில் அளித்தார். தாமே யூனியனிஸ்ட் வேட்பாளராகத்தான் தேர்ந்தெடுக்கப்பட்டதையும் அவர் சுட்டிக் காட்டினார்.

ஜின்னா இதனால் ஆத்திரம் கொண்டாலும், பஞ்சாப் சட்டசபையில் தமது ஆதரவாளர்கள் பெரும்பான்மையில் இல்லை என்பதை உணர்ந்திருந்தார்.

1944 பிப்ரவரியில் புதிய அரசப்பிரதிநிதி வேவல் பிரபு, இந்திய ஒருமைப்பாடு பற்றிக் குறிப்பிட்டார்; பல்வேறு வகுப்பினரும் இணைந்து நடத்திய பஞ்சாப் கூட்டணியைப் பாராட்டினார். இதன் விளைவாக, கிஸருக்கு எதிராக ஜின்னா கிளம்பினார். பூகோளம், பாதுகாப்பு, வெளி உலகத் தொடர்பு மற்றும் அக-புறப் பொருளாதாரப் பிரச்சினைகள் என்ற கோணங்களில் "இந்தியா இயற்கையாகவே ஒருமித்தது" என்று வேவல் பிரபு குறிப்பிட்டார். சமூகங்கள் இணைந்து வாழ்வது என்பது ஒரு நிதர்சன உண்மை; இந்தியர்களுக்காக இந்தியர்கள் நடத்திய கூட்டணி அரசுகள் மைய அளவிலும், பஞ்சாபிலும் நடைபெற்று வந்தன. யூனியனிஸ்ட் தலைவர்கள் "நல்லறிவும் நல்லெண்ணமும் நல்லுறுதியும் கொண்டவர்கள்"; இந்திய நலனையும் நேச நாடுகளின் போர்முயற்சியையும் கருத்தில் கொண்டு பஞ்சாபை நிர்வகித்தனர்; "போர் முயற்சிக்கு அம்மாகாணம் வியத்தகு பங்களிப்பு செய்துள்ளது" என்று அவர் பாராட்டினார்.

வேவல் அளித்த பாராட்டை யூனியனிஸ்டுகள் வரவேற்றார்கள்; ஆனால் அரசப்பிரதிநிதி மேல் தாம் கொண்ட அதிருப்தியை ஜின்னா வெளிப்படுத்தினார். யூனியனிஸ்டுகள் ஜமீன்தாரி வர்க்கத்தின் பிரதிநிதிகள், முஸ்லீம் லீக்தான் நாடெங்கிலுமுள்ள முஸ்லீம் நாட்டினப் பாதுகாவலன் மற்றும் நம்பிக்கை நட்சத்திரம் என்று சொல்லிக்கொண்டு, பஞ்சாபில் ஒரு மக்கள் தொடர்புத் திட்டத்தை முஸ்லீம் லீக் தொடங்கியது.

முஸ்லீம் லீகின் அந்தஸ்து 1942க்கும் 1945க்கும் இடையே உயர்ந்ததற்கு முக்கியக் காரணம் பிரிட்டிஷ்காரர்களும் காங்கிரசும்தான். முஸ்லீம் லீக்தான் அகில இந்திய அளவில் முஸ்லீம்களின் பிரதிநிதி என்பதை இராஜதந்திரக் காரணங்களுக்காக பிரிட்டிஷ்காரர்கள் அங்கீகரித்தார்கள். கிரிப்ஸ் திட்டம் முஸ்லீம் பெரும்பான்மை மாகாணங்களுக்குப் பிரிந்து போகும் உரிமை வழங்கியது; இதன்மூலம் பாகிஸ்தான் கோரிக்கைக்கு முக்கியத்துவத்தை ஏற்படுத்தியது. சிந்து

மாகாணத்தில் 1942 அக்டோபர் வரையும், வங்காளத்தில் 1943 மார்ச் வரையும் ஆட்சியிலிருந்த அமைச்சரவைகளுக்கு எதிரான அரசு நடவடிக்கைகளால்தான் லீக் அதிகாரம் பெற்றது. ஆனால், முஸ்லீம் பெரும்பான்மை மாகாணங்களை எல்லாம் லீக்தான் ஆளவேண்டும் என்று பிரிட்டிஷ்காரர்கள் விரும்பவில்லை. ஜின்னாவின் விருப்பத்துக்கு எதிராக யூனியனிஸ்டுகளை ஆதரித்தது இதற்குச் சான்று. பிரிட்டிஷாரின் கவலை எல்லாம் போர் முயற்சிகள் வெற்றி பெற வேண்டும் என்பதுதான். பஞ்சாப் ஆளுநர் ஸர். பெர்ட்ரண்ட் க்ளான்சே, வேவல் பிரபுவுக்கு எழுதிய 1944 ஏப்ரல் 6 தேதியிட்ட இரகசியக் கடித்ததில் ஜின்னாவைக் கடுமையாக் விமர்சித்தார். "அனைத்துப் பிரச்சினைகளுக்கும், பாகிஸ்தான்தான் சர்வரோக நிவாரணி என்று விளம்பரம் செய்து வருகிறார்; ஆனால் அது எங்கே எப்படித் தொடங்கியது அல்லது முடிந்தது என்பது பற்றி அறிவார்ந்த விளக்கம் கொடுப்பதையும் அதனால் என்ன பலன் விளையும் என்பதையும் பற்றிப் பேசுவதில்லை. இந்த மனிதர் 'நாசவேலை நடத்துவதற்கான அணியின் தலைமைப் பதவிக்கு முற்றிலும் பொருத்தமானவர். ஆக்கபூர்வமான ஆலோசனைகள் என்பது இவர் இயல்புக்குக் கொஞ்சமும் ஒத்துவராதது" என்று அதில் குறிப்பிட்டார்.

முஸ்லீம் பெரும்பான்மை மாகாணங்களில் ஜின்னா பலவீனமாக இருந்தும் கூட, பிரிட்டிஷ்காரர்களைப் போலவே காங்கிரஸ் தலைவர்களும் 1942 மற்றும் 1944இல் கொள்கை அளவில் பாகிஸ்தானுக்கு அங்கீகாரம் அளித்தார்கள். 1944 கோடை காலத்தில் ஜின்னாவுடனான பேச்சு வார்த்தையில், காந்திஜி பாகிஸ்தானை கொள்கை அளவில் ஏற்றுக் கொண்டார். ஒருவேளை ஒருங்கிணைந்த சுதந்திர இந்தியாவில் காங்கிரஸ் ஆதிக்கம் இருக்குமோ என்ற ஜின்னாவின் அச்சத்தைப் போக்கக்கூட அவர் இப்படி ஒத்துக் கொண்டிருக்கலாம். ஆனால் இந்த நல்லெண்ணம் பயனளிக்க வில்லை. இந்தியாவைப் பாகிஸ்தான் – இந்துஸ்தான் என்று துண்டாடுவதுதான் ஒரே தீர்வு என்று ஜின்னா வலியுறுத்தினார். இவ்வாறாக பிரிட்டிஷ்காரர்களும் காங்கிரஸ் தலைவர்களும் பாகிஸ்தான் கோரிக்கைக்கு வலுவூட்டினார்கள்; அகில

இந்திய அளவில் லீகின் செல்வாக்கு வளர மறைமுகமாக உதவினார்கள்.

ஜின்னாவின் பாகிஸ்தான் கோரிக்கை எந்த அளவுக்கு முஸ்லீம் பொதுமக்கள் கருத்தில் இடம் பெற்றது என்று கண்டுபிடிப்பது கடினம்; ஆனால், மாகாண அளவிலான லீக் தலைவர்களிடம் இதன் பிடிப்பு வலுவற்றிருந்தது. அகில இந்திய அளவில் காங்கிரசுக்கு எதிராக அரசப்பிரதிநிதியிடம் தமது நிலையை வலுப்படுத்திக்கொள்ள அவர்கள் ஜின்னாவை ஓரளவு நம்பி இருந்தார்கள். ஆனால், மாகாண அளவில் தன்னாட்சியைத் தக்கவைத்துக் கொண்டிருந்தார்கள். முஸ்லீம் அரசியல்வாதிகள் இறையாண்மை கொண்ட பாகிஸ்தானில் ஆர்வம் கொண்டிருந்தார்கள் என்பதற்கு 1945 ஏப்ரல் வரை எந்தச் சான்றும் கிடையாது.

7

முஸ்லீம் லீகின் எழுச்சி: சிம்லா மாநாடு முதல் 1945-46 தேர்தல் வரை

இரண்டாவது உலகப்போர் 1945 மே 6ஆம் நாளன்று முடிவடைந்தது. அடுத்த பத்து மாதங்களில் அகில இந்திய அரசியலில் ஒரு சக்தியாக லீகின் நிலை வலுப்பெற்றது. இது இரண்டு வழிகளில் நடந்தது. முதலாவதாக, புதிய நிர்வாகக் கவுன்சிலில் அனைத்து முஸ்லீம்களையும் தானே நியமிக்க வேண்டும் என்ற ஜின்னாவின் கோரிக்கைக்கு, பெரும்பாலான மாகாண லீகினர் எதிராக இருந்தும் கூட, இது நியாயமற்ற போக்கு என்று பிரிட்டிஷ்காரர்கள் வெளிப்படையாகக் கண்டிக்கவில்லை. இதன் மூலம் அவர்கள் மறைமுகமாக ஜின்னாவின் உரிமையை அங்கீகரித்தார்கள்.

இரண்டாவதாக, 1945-46 குளிர்காலத்தில் நடக்கவிருந்த மைய-மாகாண சட்டசபைத் தேர்தல்களில் பெரும்பான்மை முஸ்லீம் வாக்குகளை முஸ்லீம் லீக் வென்றால் அகில இந்திய பேரப் பேச்சுகளில் தமது நிலை வலுவடையும் என்று ஜின்னா அறிந்திருந்தார். எனவே முஸ்லீம் பெரும்பான்மை உள்ள மாகாணங்களில் லீகின் அமைப்பை விரிவுபடுத்தவும், சமயம் சார்ந்த பிரச்சாரத்தின் மூலம் முஸ்லீம்களை ஒன்று திரட்டவும், பாகிஸ்தான் சேதியைப் பரப்பவும் முழு முயற்சி எடுத்தார். எதிரிகளின் பலவீனங்களால் இந்த முயற்சியில் ஓரளவு வெற்றி பெற்றார்.

1944 அக்டோபர் முதல் முக்கிய இந்தியக் கட்சிகளின் பிரதிநிதிகளைத் தமது நிர்வாகக் கவுன்சிலில் சேர்க்க அனுமதிக்குமாறு போர்க்கால அமைச்சரவையிடம் வேவல் கோரி வந்தார். இந்தியர்களில் 'ஜாதி இந்துக்களும்' முஸ்லீம்களும்

சம எண்ணிக்கையில் இருப்பர். அதிகாரிகள் மட்டுமே கொண்ட நிர்வாகம், போருக்குப்பின் நிலவும் பொருளாதார மற்றும் அரசியல் பிரச்சினைகளை திறம்பட சமாளிக்க இயலாது என்று அவர் சுட்டிக்காட்டினார்; மேலும் அத்தகைய அரசு, ஜப்பானுக்கு எதிரான தாக்குதலை வெற்றி கரமாக நடத்துவதற்குத் தேவையான பொதுமக்கள் ஆதரவையும் பெற்றுத் தராது என்றார். இருந்தும் கூட, 1945 மே மாதத்தில்தான் இந்தியத் தலைவர்களை அழைத்து சிம்லாவில் ஜூன் மாதத்தில் ஒரு மாநாடு நடத்த ஆங்கிலேய நிர்வாகம் அரை மனதோடு ஒப்புதல் அளித்தது.

அரசியல் அபிப்பிராயங்களை மேலும் தெளிவாகப் பிரதிபலிக்கும் வண்ணம் தமது புதிய நிர்வாகக் கவுன்சிலை உருவாக்க இந்தியத் தலைவர்களை அழைக்கப் போவதாக 1945 ஜூன் 15 அன்று வேவல் அறிவித்தார். புதிய கவுன்சிலில் 'ஜாதி இந்துக்களும்' முஸ்லீம்களும் சம எண்ணிக்கையில் இருப்பார்கள் என்ற கருத்துக்கு காந்தி எதிர்ப்புத் தெரிவித்தார். புதிய அரசாங்கத்தின் அனைத்து முஸ்லீம் உறுப்பினர் களையும் நியமிப்பதற்கான லீகின் உரிமையை காங்கிரஸ் ஏற்றுக்கொள்ளாது என்பதை அவர் தெளிவுபடுத்தினார். சீக்கியர்கள் மற்றும் ஷெட்யூல்டு வகுப்பினர் 'ஜாதி இந்துக்களுடன் சேர்ந்தே வாக்களிப்பார்கள்; எனவே எப்படி இருந்தாலும் புதிய கவுன்சிலில் முஸ்லீம்கள் சிறுபான்மையின ராகவே இருப்பார்கள் என்று ஜின்னா தம்தரப்பில் தெரிவித்தார். முஸ்லீம்களுக்கு நியாயம் வழங்கப்படுவதை பிரிட்டிஷ்காரர்கள் உறுதி செய்வார்கள் என்று வேவல் நம்பிக்கை அளித்தார். அனைத்து முஸ்லீம் பிரதிநிதிகளையும் முஸ்லீம் லீக்தான் நியமிக்க வேண்டும் என்று ஜின்னா விரும்பினார்.

காங்கிரஸ் கொடுத்த பட்டியலில் இருந்த எந்தப் பெயருக்கும் வேவல் தரப்பில் ஆட்சேபணை இல்லை. ஆனால், வரவிருக்கும் நிர்வாகக் கவுன்சிலில் அனைத்து முஸ்லீம் உறுப்பினர்களையும் தானே நியமிக்க வேண்டும் என்ற லீகின் விருப்பத்தினால் உருவான காங்கிரஸ்-லீக் கருத்து வேறுபாடு, 1945 ஜூன் 25 அன்று தொடங்கிய சிம்லா மாநாட்டில் ஆரம்ப முதலே பிரச்சினையை ஏற்படுத்தியது.

மாகாண முஸ்லீம் லீக் அமைப்புகள் ஜின்னாவுடன் இசைய வில்லை. அஸ்ஸாமில் சாதுல்லாவும் வங்காளத்தில் நசீமுதீனும் காங்கிரஸ் ஆதரவை நம்பி இருந்தார்கள். வடமேற்கு எல்லைப்புற மாகாணத்தில் கல்வி பெற்ற அனைத்து முஸ்லீம்களில் 50 சதவிகிதத்தினர் முஸ்லீம்களை நியமிக்கும் விஷயத்தில் ஜின்னாவுக்கு தன்னாதிக்க உரிமை இருக்க வேண்டும் என்று நினைக்கவில்லை. யூனியனிஸ்டுகளோ, போர் முயற்சியில் ஒத்துழைத்ததற்காக, பிரிட்டிஷ் காரர்களிடமிருந்து எதாவது பரிசு கிடைக்கும் என்று நம்பி இருந்தனர்; புதிய நிர்வாகக் கவுன்சிலில் குறைந்தது ஒரு இடமாவது தமக்குக் கிடைக்க வேண்டும் என்று விரும்பினர். மாகாண முஸ்லீம் லீகினரின் எதிர்ப்பைச் சந்தித்த ஜின்னா, முஸ்லீம் பிரதிநிதிகளின் பட்டியலை அளிக்க மறுத்தார்.

இந்த முடக்க நிலையைச் சமாளிக்க, வேவல் தானே ஒரு பட்டியலைத் தயாரித்து அதை ஜின்னாவுக்குக் காட்டினார். ஜின்னாவைத் திருப்திப் படுத்துவதற்காக, காங்கிரஸ் முஸ்லீம்களை வேவல் பட்டியலில் சேர்க்கவில்லை. ஆனால் ஒரு யூனியனிஸ்ட் முஸ்லீமைச் சேர்த்திருந்தார். அனைத்து முஸ்லீம்களையும் தெரிவுசெய்யும் உரிமை தனக்கு வழங்கப்பட்டாலொழிய, அரசப் பிரதிநிதியின் பட்டியலில் இருந்த பெயர்களைப் பற்றி பேசக்கூட ஜின்னா மறுத்துவிட்டார். மேலும், கவுன்சிலில் இருந்த முஸ்லீம்கள் எதிர்த்த எந்த தீர்மானமும் மூன்றில் இரண்டு மடங்கு பெரும்பான்மையுடன்தான் நிறைவேற்றப்பட வேண்டும் என்றும் கோரினார்; அதாவது சமய அடிப்படையிலான ஒரு தடையுரிமை. இந்த நிபந்தனைகள் முற்றிலும் ஏற்க இயலாதவை என்று வேவல் அவரிடம் தெரிவித்தார். மாநாட்டின் இறுதிக் கூட்டம் நடைபெற்ற ஜூலை 14 அன்று, *கவுன்சிலில் பிற கட்சிகள் அனைத்துக்கும் மொத்தமாக இருக்கும் உரிமைக்குச் சமமாக தமக்கு வேண்டும்* என்று ஜின்னா கோரினார். "ஜின்னா மெய்யாகவே அப்படி விரும்பினார். திட்டத்தை ஏற்கும் எண்ணம் அவருக்கு ஒருபோதும் இருந்ததே இல்லை என்பது இதிலிருந்து தெரியவருகிறது. அவர் ஏன் சிம்லாவுக்கு வந்தார் என்று புரிந்து கொள்வதே கடினமாக இருக்கிறது" என்று வேவல் குறிப்பிட்டார்.

வேவல் லீகை விட்டுவிட்டு மேலே சென்றிருக்கலாம்; அல்லது, லீக் அல்லாத முஸ்லீம்களையும் சேர்த்துக் கொள்ளு மாறு ஜின்னாவை வற்புறுத்தி இருக்கலாம். ஆனால் ஜின்னா ஏமாற்றமடையுமாறு நடந்து கொள்ள வேண்டாம் என்று அரசப் பிரதிநிதி வேவலுக்கு சர்ச்சில் அரசு கட்டளை இட்டிருந்தது. எனவே வேவல் வெறுமனே மாநாட்டை முடித்துக்கொன்டார். ஜின்னாவின் இந்த ஒத்துவராத போக்கைக் கண்டிக்க மறுத்ததால், சொல்லப் போனால் அதற்கேற்ப வளைந்து கொடுத்ததால், பிரிட்டிஷ்காரர்கள் அரசியல் நடவடிக்கைகளை முடக்குவதற்கான உரிமையை அவருக்குச் சாசனம் செய்து கொடுத்தனர். எந்த நேரத்திலும் மாநாடு எடுத்துக்கொண்ட விஷயத்தைப் பற்றி எந்த முடிவும் எடுக்க முடியவில்லை. அரசப்பிரதிநிதியின் மனப்பான்மை யைக் கண்டு காங்கிரஸ் காரியக்கமிட்டி செயலிழந்து நின்றது. ஆனால் அவர் பிரிட்டிஷ் அரசின் ஆணையின் பேரில்தான் அப்படி நடந்து கொண்டார் என்பது காங்கிரஸ் தலைவர் களுக்குத் தெரியவில்லை.

1945-46 தேர்தல்கள்

பிரிட்டனில் 1945 ஜூலையில் நடந்த தேர்தலில் க்ளெமென்ட் அட்லி தலைமையிலான தொழிற் கட்சி பதவிக்கு வந்தது. புதிய அரசாங்கத்தின் அறிவுரையின் பேரில், மைய மற்றும் மாகாண ச' । சபைகளுக்கான தேர்தலை ஆகஸ்டு 21 அன்று வேவல் அறிவித்தார். 1942இன் கிரிப்ஸ் திட்டம் முழுமையாக உயிர்ப்புடன் இருக்கிறது என்று பிரிட்டிஷ் பாராளு மன்றத்தில் செப்டம்பர் 11 அன்று அட்லி அறிவித்தது இந்தியத் தேர்தலுக்கு முக்கியத்துவம் அளித்தது.

பிரிட்டிஷ் கொள்கையின் அடிப்படையாக கிரிப்ஸ் திட்டம் இப்போதும் இருந்தது என்றால், மாகாணங்கள் ஒன்றியத்திலிருந்து விலக உரிமை உண்டு என்று பொருள். குறைந்தபட்சம் ஜின்னா அப்படித்தான் கருதினார் இறை யாண்மை கொண்ட பாகிஸ்தானை உருவாக்குவதற்காக அவர் முஸ்லீம் பெரும்பான்மை மாகாணங்களில் பெரும்பான்மை பெற்றுவிடக் கடுமையாக உழைத்தார்.

ஜின்னாவின் பணி எளியதல்ல. ஏராளமான இடங்களில்

லீகின் கட்டமைப்பு மோசமாக இருந்தது. மாகாண லீக் அமைப்புகளிடம் பணமோ நல்ல தலைமையோ இல்லா திருந்தது. வங்காளத்தில் மாகாண லீக் நசீமுதீன், எச்.எஸ். சுராவர்தி ஆகிய இருவருக்கும் இடையிலான சச்சரவில் உழன்று கொண்டிருந்தது.

இருந்தாலும் மாகாண லீகினரிடம் ஜின்னா தனது ஆளுமையை நிறுவ முடிந்தது. லீகின் மைய பாராளுமன்ற வாரியம்தான் மைய மற்றும் மாகாண சட்டசபைகளுக்கான வேட்பாளர்கள் விஷயத்தில் இறுதி முடிவு எடுப்பதாக இருந்தது. மாகாண லீக் அமைப்புகளையே முழுவதுமாக நம்பி இராமல், லீகின் மையத் தலைமை வளர்ச்சி அடைந்திருந்தது என்பதற்கு அனைத்து வேட்பாளர்களையும் ஜின்னா நியமிக்க இயன்றதே சான்று. அகில இந்திய லீக் பஞ்சாபில் பெருத்த ஆர்வம் கொண்டிருந்தது. அதனால்தான் மாகாணத்தின் கட்சி நடவடிக்கைகளுக்கான செலவுகளில் பாதியை லீக் ஏற்றுக்கொண்டது; மீதியை மாகாண லீக் திரட்டியது.

தமக்கென்று ஒரு கட்சி இயந்திரத்தை உருவாக்கிக் கொண்ட பிறகு, ஜின்னா பாகிஸ்தான் கருத்தைப் பிரபலப் படுத்தத் தொடங்கினார். லீக் விஷயத்தில் எதிர்ப்புத் தெரிவித்த அல்லது மெத்தனமாக இருந்த மாகாண முஸ்லீம் அரசியல் வாதிகளை இஸ்லாமியத் துரோகிகள் என்று பழிப்பதற்கும், லீக் மட்டும்தான் முஸ்லீம்களின் நலம் காக்கும் ஒரே கட்சி என்று பறைசாற்றவும் இது உதவும்.

பஞ்சாபில் ஜின்னாவின் தாக்குதல்

பஞ்சாபில் பெரும்பாலும் யூனியனிஸ்டுகளுக்கு எதிராகவே லீகின் தாக்குதல் இருந்தது. யூனியனிஸ்ட் கட்சி 1920 முதல் மாகாணத்தை ஆண்டு வந்தது. காங்கிரஸ், லீக் ஆகிய இரு கட்சிகளின் தாக்கத்தையும் சமாளித்து வந்தது. இருபது ஆண்டுகளுக்கும் மேலாக யூனியனிஸ்டுகள் உருவாக்கியிருந்த அதிகார அமைப்புகளையும் செல்வாக்கையும் எதிர்த்துப் போரிடுவது லீகுக்கு கடினமாக இருந்தது. ஜாகிர்தார்களும், மாஜிஸ்ட்ரேட்களும் அரசு மானியம் பெற்றவர்களும் யூனியனிஸ்டுகளில் அடங்குவர். அரசு அதிகாரிகளும்

மேட்டுக் குடியினரும் ஒருவரை ஒருவர் தாங்கிப் பிடித்தனர். இதை எதிர் கொள்வதற்காக, கிராமப்புறங்களில் விவசாயி களிடம் பிரச்சாரம் செய்யவும் பாகிஸ்தான் செய்தியைப் பரப்பவும் லீக் முடிவு செய்தது.

லீக் தனது கட்டமைப்பையும் முஸ்லீம் பொது மக்களோடு இருந்த தொடர்பையும் விரிவு படுத்தியது. மாகாணம் முழுவதும் தினமும் நாற்பது-ஐம்பது கூட்டங்கள் வரை நடத்தியது. யூனியனிஸ்ட் கட்சி சராசரி தினம் ஒரு கூட்டம் கூட நடத்தவில்லை. யூனியனிஸ்ட் அலுவலர்கள், விவசாயிகளிடம் தமக்கிருந்த செல்வாக்கையே நம்பி இருந்தார்கள். 'பொதுக்கூட்டங்களில் எங்களுக்கு நம்பிக்கை இல்லை' என்று ஒரு யூனியனிஸ்ட் அலுவலர் குறிப்பிட்டார். "எங்களது பணியாளர்கள் கிராமங்களுக்குச் சென்று வாக்காளர்கள் மத்தியில் செல்வாக்கு உள்ள முக்கியஸ்தர் களிடம் பேசுகிறார்கள்" என்றார்.

யூனியனிஸ்டுகளையும் அவர்களது பிரிட்டிஷ் ஆதர வாளர்களையும், மனதிற்குத் தோன்றிய எல்லாக் காரணங் களையும் காட்டித் தாக்கியது லீக். 1945 டிசம்பரில் யூனியனிஸ்டுகளுக்கு ஆதரவாக வேவல் கூறியவற்றின் அடிப்படையில் ஜின்னா அறிவித்தார்: "நாம் பாகிஸ் தானுக்காகப் போராடும்போது, பிரிட்டிஷ்காரர்களுக்கு எதிராகப் போராடுகிறோம் – இந்தியர்களுக்கு எதிராக அல்ல". யூனியனிஸ்டுகளுக்கு ஆதரவாக அரசு செயல்படுவதாக லீகினர் குற்றம் சாட்டினர். அமைச்சரவையைக் கலைக்க வேண்டும் என்றும், அரசு இயந்திரத்தை முடக்க வேண்டும் என்றும் மாகாண லீக் தீர்மானம் நிறைவேற்றியது. அரசுத் தலையீடு இல்லாமல் மாகாணத் தேர்தல் நடக்கும் என்று வாக்காளர்களுக்கு உறுதி அளிக்கும் அறிக்கை ஒன்றை வெளியிடுமாறு மாகாண லீக் கேட்டுக்கொண்டதை ஆளுநர் பெர்ட்ரண்ட் க்ளான்சே நிராகரித்தார். இது, யூனியனிஸ்டுகள் மீதும் பிரிட்டிஷ்காரர்கள் மீதும் லீக் நடத்திய தாக்குதலை மேலும் தீவிரப்படுத்தியது.

லீக் இவ்வளவு கவலைப்பட்டிருக்க வேண்டாம். தவறான, போலியான, லீக் வாக்களர்கள் மனுக்களை சமர்ப்பிப்பதற்கு பஞ்சாப் நிர்வாகத்தின் கீழ்மட்ட முஸ்லீம் அதிகாரிகளை லீக்

பயன்படுத்திக் கொண்டது. பஞ்சாபின் பெரும்பாலான அதிகாரிகள், யூனியனிஸ்டுகளை விட லீகிடம்தான் அனுதாபம் உள்ளவர்களாக இருக்கிறார்கள் என்று க்ளான்சே தெரிவித்தார். எந்தத் தொகுதிகளில் யூனியனிஸ்டுகளுக்கு ஆதரவாக அரசுத் தலையீடு அதிகமாக இருக்கிறது என்று லீக் கடுமையாகக் குற்றம் சாட்டியதோ அந்தத் தொகுதிகளில் தான் லீக் தனது பெரும் வெற்றிகளைப் பெற்றது என்பது வரலாறு.

மொத்தமிருந்த 85 முஸ்லீம் தொகுதிகளில் 12 மட்டுமே நகர்ப்புறங்களுக்கு ஒதுக்கப்பட்டிருந்தது. எனவே, கிராமப் புறங்களில்தான் வெற்றி தோல்வி நிர்ணயிக்கப்பட வேண்டி இருந்தது. 1945 டிசம்பரில் தேர்தலுக்காக லீக் அமர்த்தியிருந்த 100 லாரிகளில் பெரும்பாலானவை, வாக்காளர்களை தொலை தூரத்திலிருந்து வாக்குச் சாவடிக்குக் கொண்டு வருவதற்குத் தான் பயன்படுத்தப்பட்டன. போட்டி கடுமையாக இருந்தது. ஒரு வேட்பாளரின் வெற்றி தோல்வி, அவர் வாகன வசதி ஏற்பாடு செய்வதைப் பொறுத்து அமையும் என்று 1945 டிசம்பர் 18 அன்று *தி ஸ்டேட்ஸ்மேன்* பத்திரிகை விமர்சித்தது. கிராமப்புறங்களில் ஒரு வாக்குப் பெறுவதற்கு வேட்பாளர் அளிக்க வேண்டிய விலை, சொகுசான ஒரு வாகனச் சவாரிக்கான வாக்குறுதிதான் என்ற நிலை இருந்தது.

கிராமப்புறங்களில் தனது கட்டமைப்பை விரிவுபடுத்தும் வேளையில், பாகிஸ்தான் என்ற சமயம் சார்ந்த கோரிக்கை யையும் பயன்படுத்திக் கொண்டது லீக். முஸ்லீம் லீகுக்கு அளிக்கப்படும் வாக்கு, நபிகள் நாயகத்துக்கு அளிக்கப்படும் வாக்கு என்று லீக் தலைவர்கள் பிரச்சாரம் செய்தனர். ஜீலம் மாவட்டத்தில் லீக் வேட்பாளர், தீன் - துனியா (சமயம் - உலகம்) இரண்டுக்கும் இடையே தேர்ந்தெடுக்குமாறு வாக்காளர்களைக் கேட்டுக் கொண்டார். தீன் என்பது நேர்மை, பாகிஸ்தான் கோரிக்கை, இந்துக்களிடம் முஸ்லீம்கள் அடிமையாகி விடாமல் காத்தல்; துனியா என்பது சமய நம்பிக்கையற்றவர்களின் ஆட்சி மற்றும் வேண்டியவர் களுக்கு சலுகை என்று விவரிக்கப்பட்டது.

பாகிஸ்தான் என்ற கருத்திற்கு சமயம் சார்ந்த ஆதரவு இருக்கிறது என்பதை கிஸரும் ஒத்துக்கொண்டார்.

யூனியனிஸ்டுகளும் பாகிஸ்தானை வரவேற்கிறார்கள்; எனவே முஸ்லீம் லீக் வேட்பாளருக்கு வாக்களித்தாலும், முஸ்லீம் யூனியனிஸ்ட் வேட்பாளருக்கு வாக்களித்தாலும் முஸ்லீம்கள் பாகிஸ்தானுக்கே வாக்களிக்கிறார்கள் என்று அவர் அறிவித்தார். கிஸர் தற்காப்பு நிலையில் இருந்தார்; பரஸ்பர சமூக ஒற்றுமை பஞ்சாபுக்கு அவசியம் என்று அவர் சொன்ன வேளையில், அவரது கொள்கைப்பற்று தளர்ந்திருந்தது.

தேர்தலில் முஸ்லீம் லீக் வெற்றியின் பரிமாணம்

வங்காளத்தில் எச்.எஸ். சுராவர்தி 1943-45க்கு இடையே, நகர்ப்புறங்களில் ஆதரவை வளர்த்துக் கொண்டார். மாறாக, ஃபஸ்லுல் ஹக், அமைச்சரவைப் பூசல்களில் ஈடுபட்டிருந்தார்; 1937இல் தம்மைப் பதவியில் அமர்த்திய கிராமப்புற விவசாயிகளின் ஆதரவை அவர் படிப்படியாக இழந்தார். வங்காளத்தில் லீக் வேட்பாளர்கள் அனைவரையும் சுராவர்தி தேர்ந்தெடுத்தார்; தன்னாட்சி உள்ள வங்காளமும் அஸ்ஸாமும் என்ற வகையில் பாகிஸ்தானை அறிமுகம் செய்தார்; அது, முஸ்லீம்கள் மீது வளமையைப் பொழியும் என்றார்; இழப்பீடு கொடுக்காமல் ஜமீன்தாரி முறையை நீக்கி விடுவோம் என்றும் லீக் வாக்குறுதி அளித்தது. இதனால் கிராமப்புற வங்காள விவசாயிகளின் ஆதரவு அதற்குக் கிடைத்தது. முஸ்லீம்களுக்குப் போதிய பாதுகாப்புள்ள இடைக்கால அரசை பிரிட்டிஷ்காரர்கள் நிறுவினால் அதற்கு ஆதரவு அளிப்போம் என்று பிற லீகினர் கூறினார்கள். வங்காளத்தில் லீகினர் இறையாண்மை கொண்ட பாகிஸ்தானின் ஒரு அங்கமாக தமது மாகாணத்தைப் பற்றிச் சிந்தித் தார்கள் என்பதற்கு எந்தச்சான்றும் இல்லை.

இந்தியாவின் மொத்த முஸ்லீம் வாக்குகளில் 76 சதவீதத்தை லீக் பெற்றது என்பதிலிருந்தே முஸ்லீம் தொகுதிகளில் அதன் வெற்றியை அளவிட முடியும் – 1937இல் லீகுக்குக் கிடைத்த 4.8 சதவிகித வாக்குகளுடன் ஒப்பிட்டால் இது அசாத்திய வளர்ச்சி. பஞ்சாபில் அதன் சாதனை மகத்தானது: அது முஸ்லீம் கிராமப்புறங்களில் 57 தொகுதி களில் யூனியனிஸ்டுகளையும், 9 தொகுதிகளில் காங்கிரஸ் வேட்பாளர்களையும் தோற்கடித்துப் பதவியிலிருந்து

விலக்கியது; யூனியனிஸ்டுகள் 11 தொகுதிகளில் மட்டுமே லீகைத் தோற்கடித்தனர். கிராமப்புறத் தொகுதிகளில் 62ஐயும், நகர்ப்புறத்தில் மொத்த 11 தொகுதிகளையும், இருந்த இரண்டு மகளிர் தொகுதிகளையும் வென்று பஞ்சாப் சட்டசபையில் லீக் 73 இடங்களைக் கைப்பற்றியது. முஸ்லீம் தொகுதிகளில் பதிவான வாக்குகளில் 65.10 சதவீத வாக்குகளைப் பெற்றது.

கிஸர் வர்ணித்த, சமூக பரஸ்பர ஒப்புறவின் அடிப்படையிலான பாகிஸ்தான் என்ற கருத்து முஸ்லீம் வாக்காளர்களால் திட்டவட்டமாகத் தோற்கடிக்கப்பட்டது என்பது லீகின் வகுப்புவாதப் பிரச்சாரத்தின் வெற்றியையும், சமயம் சார்ந்த பாகிஸ்தான் என்ற கருத்து முஸ்லீம்களிடம் எவ்வளவு வரவேற்புப் பெற்றது என்பதையும் காட்டுகிறது. பாகிஸ்தான் தவிர்க்க இயலாதது என்று முஸ்லீம்கள் கருதுவதே லீகின் வெற்றிக்குக் காரணம் என்று கிஸரின் செயலாளராக இருந்த எஸ்.ஈ. அப்பாட் குறிப்பிட்டார். பாகிஸ்தான் பற்றிய கருத்துக் கணிப்பு என்று இத்தேர்தலைப் பற்றிக் குறிப்பிட்டது லீக். அதிகாரக் கைமாற்றம் செய்ய வேண்டிய அல்லது அதை அளிக்க வேண்டிய பிரிட்டிஷ்காரர்கள் இதை மறுதலிக்கவில்லை. இந்த வகையில் அவர்களது மௌனம் லீகின் வெற்றிக்கு உதவியது.

முஸ்லீம் வாக்குகளில் 83.6 சதவீதத்தைப் பெற்று வங்காளத்தில் லீக் இன்னும் சிறப்பான வெற்றி அடைந்தது. ஃபஸ்லுல் ஹக் தலைமையிலான க்ரிஷக் ப்ரஜா கட்சி வெறும் 5.3 சதவீத வாக்குகளே பெற்றது. காங்கிரஸ் ஆதரவு பெற்ற முஸ்லீம்கள் ஒரு சதவீதத்தைவிட சற்று அதிக வாக்குகளே பெற்றனர். வங்காளத்திலும் சிந்து மாகாணத்திலும் லீகுக்கு தீவிர எதிர்ப்பு இருக்கவில்லை என்பதும் அதன் வெற்றிக்கு ஒரு காரணமாகும். முஸ்லீம் பெரும்பான்மை மாகாணங்களில் ஒவ்வொரு முஸ்லீம் தொகுதியிலும் போட்டியிட காங்கிரசுக்கு கட்டமைப்பும் பணபலமும் இல்லாதிருந்தது. மேலும் இரு முக்கிய மாகாணங்களாகிய பஞ்சாபிலும் வங்காளத்திலும் மாகாண காங்கிரஸ், கோஷ்டிப் பூசலுக்கு உள்ளாகி இருந்தது. கட்டமைப்பு வேலைகள் அங்கே நடைபெறவே இல்லை.

வடமேற்கு எல்லைப்புற மாகாணத்தில் மட்டும்தான்

இந்து மற்றும் முஸ்லீம் தொகுதிகள் இரண்டிலுமே காங்கிரஸ் வெற்றி பெற்றது. மோசமான தலைவர் ஔரங்கசீப் கான் காரணமாக இங்கே மாகாண லீகின் பெயர் கெட்டுப் போயிருந்தது. கடைசியில் அவருக்கு லீக் டிக்கெட் கூடக் கொடுக்கவில்லை. வடமேற்கு எல்லைப்புற மாகாணத்தில் லீகை பிரிட்டிஷ்காரர்களின் கைப்பாவை என்று காங்கிரஸ் வெற்றிகரமாகப் பறைசாற்றியது. சொல்லப்போனால் சில பிரிட்டிஷ் அதிகாரிகளும் அவர்தம் துணைவியரும் லீகுக்காகப் பிரச்சாரம் செய்தனர். இந்துக்களோ அல்லது வேறு எவருமோ தம்மீது மேலாண்மை செலுத்த இயலாது என்று பத்தான்கள் கருதியதால் பாகிஸ்தான் அவர்களுக்கு கவர்ச்சி தருவதாக இருக்கவில்லை என்று ஆளுநர் ஸர் ஜார்ஜ் கன்னிங்ஹாம் கருதினார்!

முஸ்லீம் பெரும்பான்மை உள்ள மாகாணங்களில் லீக் பெரும்பான்மை முஸ்லீம் வாக்குகளைப் பெறத் தவறிய ஒரே மாகாணம் வடமேற்கு எல்லைப்புற மாகாணம்தான். லீகுக்கு எதிரான கட்சிகள் இங்கே பதிவான வாக்குகளில் 58 சதவீதத்துக்கும் மேல் பெற்றன. பிற முஸ்லீம் பெரும்பான்மை மாகாணங்களில் லீக் பெற்ற வெற்றி, பல முஸ்லீம்கள் மாகாண அரசியல்வாதிகளை விட்டு அதிகார மாற்ற பேரத்தில் தமது நலங்காக்கும் ஒரே அகில இந்திய முஸ்லீம் கட்சியாக லீகைக் கருதினார்கள் என்பதைக் காட்டியது. முஸ்லீம் சமயத்தினரின் ஒருங்கிணைப்பையும் அரசியல் நாட்டத்தையும் "பாகிஸ்தான்" கவர்ச்சியையும் லீகின் வெற்றி வெளிப்படுத்தியது. ஆனால் இது இறையாண்மை கொண்ட நாடு என்ற ஜின்னாவின் கருத்துக்கான வெற்றிதானா என்பது கேள்விக்குரியது.

வங்காளத்திலும் சிந்து மாகாணத்திலும் அமைச்சரவை அமைக்கத் தேவையான அளவு இடங்களை லீக் பெற்றிருந்தது. ஆனால் பஞ்சாபில் மாகாண சட்டசபையில் அமைச்சரவை அமைப்பதற்கு அதற்கு அதிகப்படியாக 10 உறுப்பினர்கள் தேவைப்பட்டனர். சீக்கியர்களுடன் கூட்டணி அமைக்க பாகிஸ்தான் என்ற கருத்து ஒரு முட்டுக் கட்டையாக இருந்தது. பாகிஸ்தான் பற்றிய அச்சம், காங்கிரஸ், அகாலிகள் மற்றும் யூனியனிஸ்டுகளை ஒன்று சேரவைத்தது. கிஸர்

தலைமையில் 1946 மார்ச் 7 அன்று பஞ்சாப் கூட்டணிக் கட்சி உருவாக்கப்பட்டது. பஞ்சாப் சட்டசபையில் இந்தக் கூட்டணியின் பலம் லீக்கைவிட 10 அதிகம் இருந்தது. தானே மிகப்பெரிய பலம் பெற்ற தனிப்பெரும் கட்சி என்று முஸ்லீம் லீக் தலைவர்கள் உரிமைக் கோரிக்கை வைத்திருந்தும், கவர்னர் க்ளான்சே, அமைச்சரவை அமைக்குமாறு கூட்டணித் தலைவர் கிஸரை அழைத்தார்.

சட்டபூர்வமான அதிகாரம் மறுக்கப்பட்ட லீக், இந்த அமைச்சரவையை "கிஸர் துரோகிகள் அமைச்சரவை" என்று வர்ணித்தது; இதற்கு எதிராகப் போராட்டங்களை ஏற்பாடு செய்தது. யூனியனிஸ்டுகளைப் பிற்போக்குவாதிகள் என்று முன்னர் வர்ணித்து விட்டு, அவர்களுடன் கூட்டணி வைத்துக் கொண்டதற்காக காங்கிரஸ் கண்டனத்துக்கு உள்ளானது. மிகக்குறைவான முஸ்லீம்களைக் கொண்ட இந்தக் கூட்டணி – குறிப்பாக பெரும்பான்மை முஸ்லீம் வாக்குகளைப் பெற்ற முஸ்லீம் லீக் அரசில் இடம் பெறாதது – ஒரு விசித்திரமான முரண்பாடாக இருந்தது. பிற்காலத்தில் மாகாணத்துக்குத் தீங்கு விளைவித்தது.

8
அமைச்சரவைத் தூதுக்குழுத் திட்டம் 1946

இந்தியாவின் உள்ளார்ந்த இரு நாட்டினங்களை அரசியல் படுத்தியதன் தவிர்க்க இயலாத முடிவுதான் பாகிஸ்தான் ஒரு இறையாண்மையுள்ள தனி நாடாக உருவாகக் காரணம் என்று சில அறிஞர்கள் கருதுகிறார்கள். அது உண்மையாக இருந்தால், இந்தத் தவிர்க்க இயலாத அரசியல்படுத்துதல் எப்படி, எப்போது நடந்தது என்ற கேள்வி எழுகிறது. முஸ்லீம் பெரும்பான்மை மாகாணங்களின் முஸ்லீம் சமுதாயத்தைப் பொறுத்தவரை, இதற்கான முதல் தேவை, மைய அளவிலான பேரப்பேச்சுகளில் அவர்களுக்கு அரசியல் பலம் கிடைக்கும் அளவிற்கு அகில இந்திய முஸ்லீம் லீகின் பின்னே அவர்களை ஒன்றுபடுத்துவது. இந்த முதல் தேவை, 1945 வரை நிறைவு பெறவில்லை என்றே எண்ண வேண்டியிருக்கிறது என்பதை ஆறாம் அத்தியாத்தில் கண்டோம். முஸ்லீம் சமுதாயம் முழுமைக்குமாக லீக் பேசஇயலும் என்பதை உறுதிப் படுத்துவதில், பிரிட்டிஷ்காரர்கள் எந்த நொடியிலும் மைய அதிகாரத்தை கை கழுவிடலாம் என்ற நிலை பங்களிப்புச் செய்திருக்கும் என்று தோன்றுகிறது.

அனைத்து முஸ்லீம்களையும் தானே பிரதிநிதித்துவம் செய்வதாக முஸ்லீம் லீக் முன்வைத்த வாதம், திடீரென எழுந்த ஒரு பிரச்சினைக்கான மேம்போக்கான விளைவா? அல்லது ஆழமான, நெடுங்கால முஸ்லீம் வகுப்புவாதத்தின் ஒருங்கிணைப்பா? இந்தக் கண்ணோட்டத்தில் பார்த்தால், லீக், முஸ்லீம் சமய உணர்வுகளைப் பயன்படுத்தி முஸ்லீம்களை ஜின்னாவின் பின் ஒருங்கிணைக்க பாகிஸ்தானை வெறும் அரசியல் கோஷமாக கையிலெடுத்துக் கொண்டது என்று தோன்றுகிறது. காங்கிரசிடமிருந்தும் பிரிட்டிஷ்காரர்

களிடமிருந்தும் இயன்ற மட்டும் அதிகபட்ச இறையாண்மை கொண்ட பாகிஸ்தானைப் பெறுவதற்கான சதுரங்கக் காயாக இறையாண்மை கொண்ட பாகிஸ்தான் கோரிக்கையைப் பயன்படுத்துவதை விட அதிகமான திட்டம் ஜின்னாவுக்கும் லீகுக்கும் இருந்தது என்று இந்த நூலில் வாதிடப்படுகிறது. மேலும் ஜின்னா 1945-46இல் நடத்திய சாதுர்ய ஆட்டத்தால் இந்தியர்களுக்கு அதிகாரம் அளிக்கப்படும் முன்பே ஏனைய இருதரப்பினரும் பாகிஸ்தான் கோரிக்கைக்கு விட்டுக் கொடுக்க வேண்டியிருந்தது என்பதும் இந்த நூலின் கருத்து. எனவே எவ்வளவு தீவிரத்துடன் ஜின்னா பாகிஸ்தானுக்காக வாதாடினார் என்பதைத் தெரிந்து கொள்ள, அமைச்சரவைத் தூதுக் குழுவுடன் நடந்த பேரப்பேச்சுகளை ஆராய வேண்டியிருக்கிறது.

1945 அக்டோபரில், தேர்தலுக்கு முன், பாகிஸ்தான் பற்றிய பிரிட்டிஷ்காரர்கள் நிலை என்ன என்பதைத் தெளிவு படுத்த வேண்டும் என்பது வேவலின் விருப்பம். காங்கிரசுக்கு எதிராகத் தமக்குத் தேவைப்பட்ட லீகை அந்நியப்படுத்தும் அபாயம் இதில் இருக்கத்தான் செய்தது. ஆனால் பாகிஸ்தான் பற்றிய ஜின்னாவின் கருத்தில் நியாயம் இருப்பதுபோல் காட்டி பின்னர் அதை ஏற்க முடியாது என்று ஜின்னாவிடம் கூறுவதைவிட முதலிலேயே இதை மறுப்பது நல்லது என்று வேவல் கருதினார் .

பிரிட்டிஷ்காரர்கள் 1948 ஜூன் வாக்கில் இந்தியாவை விட்டு வெளியேற வேண்டும் என்று அமைச்சரவைக்கு வேவல் 1946இன் தொடக்கத்திலேயே பரிந்துரைத்தார். இந்திய விடுதலையைத் தள்ளிப்போட வேண்டும் என்று விரும்பிய பிரிட்டிஷ் அரசு, வேவல் தோல்வி மனப்பான்மை கொண்டவர் என்று கருதியது. குறைந்த பட்சம் அதிகாரக் கைமாற்றத்தை ஒரு சாதனையாகவாவது பிரிட்டிஷ் அரசு காட்டக்கூடாதா என்று தொழிற் கட்சி அரசு கேட்டது.

எப்படி இருந்தாலும் காங்கிரசை அல்லது லீகை வருத்தமுற வைக்கும் எந்த அறிவிப்பையும் விடுக்க தொழிற் கட்சி அரசு தயங்கியது. இந்த விஷயத்தில் அவர்களுக்கு இருந்த தயக்கம்/குழப்பம் காலனிகளை இழந்து விடுவோமோ என்ற அச்சத்துக்கு இணையானது. சாம்ராஜ்யத்தின் மேல்

தொழிற் கட்சிக்கு இருந்த ஈடுபாடு, பழமை பேணும் கன்சர்வேட்டிவ் கட்சிக்கு இருந்த அளவுக்கு வலிமையானது தான். இந்திய விடுதலை பற்றிய விஷயத்தில் பிரிட்டிஷ் காரர்கள் – பழமை பேணும் கட்சி மற்றும் தொழிற் கட்சி ஆகிய இரு தரப்புமே – காங்கிரசுடன் எப்போதும் ஏறுக்கு மாறாகவே இருந்தனர். 1943இல் அமேரி (பழமை பேணும் கட்சியின் அரசியல்வாதி), பிரிட்டிஷ் மற்றும் இந்திய மேட்டுக் குடியினருக்கு இடையே திருமணங்கள் நடக்க வேண்டும் என்று விரும்பினார்; 1945இல் தொழிற்கட்சி அரசின் வெளியுறவு அமைச்சர் ஏர்னெஸ்ட பெவின், சாம்ராஜ்யத்தை வலுப்படுத்த காமன்வெல்த் நாடுகளின் பல்வேறு பகுதிகளில் பயிற்சியில் இருந்த பிரிட்டிஷ் போர்வீரர்கள் அந்தந்த ஊர்ப் பெண்களைத் திருமணம் புரிய வேண்டும் என்பதை ஆதரித்தார். அது சாம்ராஜ்யத்தைப் பலப்படுத்துமாம்! இந்திய விடுதலையில் தொழிற்கட்சிக்கு இருந்ததாகச் சொல்லப்படும் ஈடுபாட்டை விட பிரிட்டிஷ் அதிகாரத்தில் அவர்களுக்கு இருந்த ஈடுபாடு அதிகம். பிரிட்டிஷ் நலம் மிக முக்கியமானது. இந்தியா காமன்வெல்த் அமைப்பில் இருப்பது இந்தியப் பாதுகாப்புக்கு அவசியம் என்ற போர்த் தந்திரத்தின் அடிப்படையிலேயே அதிகாரக் கைமாற்றம் செய்யும் அரசியல் தீர்மானம் அமைந்திருந்தது.

1945 ஆகஸ்டு முதல் பிரிட்டிஷ்காரர்கள் சட்டம் ஒழுங்கு பிரச்சனையிலும் அக்கறை காட்ட வேண்டி இருந்தது. அரசியல் கைதிகள் சிறையிலிருந்து விடுதலையானதும் பொது மக்களிடமிருந்து அவர்களுக்குக் கிடைத்த வரவேற்பிலிருந்து காங்கிரசிசுக்கு இருந்த மக்கள் ஆதரவு தெளிவாகப் புலப் பட்டது.

போர்ப்படைகளிலும் குடிமைப் பதவிகளிலும் இருந்த இந்தியர்களின் விசுவாசத்தைப் பற்றியும் பிரிட்டிஷ்காரர் களுக்குக் கவலை இருந்தது. இந்தியாவை விட்டு வெளி யேறுவது என்ற கருத்தில் பிரிட்டிஷ்காரர்கள் உண்மையாக இருந்தால், இந்திய அரசாங்கம் கேட்டுக் கொள்ளாத பட்சத்தில் பிரிட்டிஷ் காவல் அரண்களுக்கு வலுவூட்டுவதற்கு எந்த நியாயமும் இல்லை என்று பிரிட்டிஷ் இந்திய இராணுவத்தின் தலைமைத் தளபதியாக இருந்த ஃபீல்டு

மார்ஷல் ஸர் க்ளாடு ஆக்கின்லெக் கருதினார். இந்திய தேசிய இராணுவ (ஐ.என்.ஏ.) அதிகாரிகள் மூவர் மீது 1946இல் நடந்த வழக்கு இந்தியாவில் ஏற்படுத்திய பொதுமக்கள் கிளர்ச்சி இராணுவத்தில் இருக்கும் இந்தியர்களின் விசுவாசத்தைப் பாதிக்கக்கூடும்; எனவே அவர்களிடம் மென்மையாக நடந்து கொள்ள வேண்டும். "ஒவ்வொரு உண்மையான இந்தியனும் தேசியவாதிதான்" என்று ஆக்கின்லெக் எழுதினார். இதற்காக, இந்திய இராணுவ அதிகாரிகள் பிரிட்டிஷ்காரர்களின் எதிரி என்று பொருள் கொள்ளக்கூடாது; ஆனால் அவர்கள் தமது நாடு பிரிட்டிஷ் அரசியல் ஆதிக்கத்திலிருந்து விடுதலை பெற விரும்பினார்கள்.

1946 ஜனவரி மாதத்தில் பிரிட்டிஷ் இந்திய விமானப் படையிலும், பிப்ரவரியில் பிரிட்டிஷ் இந்தியக் கடற் படையிலும் நடந்த புரட்சிகள் ஏகாதிபத்தியத்தின் இராணுவ தளம் கலகலக்கிறது என்பதைக் காட்டின. பிரிட்டிஷாருக்கு எவ்வித எச்சரிக்கையும் தராமல் அவை வெடித்தன. விமானப் படைப் புரட்சி உடனே அடக்கப்பட்டாலும், கடற்படைப் புரட்சியில் பம்பாயிலும் கராச்சியிலும் 20 கப்பல்கள் கைப்பற்றப்பட்டன; பிரிட்டிஷ் துருப்புக்கள் சுட்டபோது புரட்சிக்காரர்கள் கப்பலில் இருந்த பீரங்கிகளால் திருப்பிச் சுட்டனர். பம்பாயில் காங்கிரஸ் கொடிகளும் முஸ்லீம் லீக் கொடிகளும் இணைந்து பறந்தன. தொழிலாளர்களும் வேலைநிறுத்தம் செய்தனர். புரட்சிகளை முடிவுக்குக் கொண்டுவர காங்கிரஸ் மற்றும் லீக் தலைவர்கள் தமது செல்வாக்கைப் பயன்படுத்தினர். ஆனால் இன உணர்வுகள் இந்த சமயங்களில் தீவிரமாக இருந்தன. ஆயுதப் படைகளின் விசுவாசமும் சந்தேகத்துக்கு இடமாகிவிட்ட நிலையில் வன்முறையைத் தவிர்க்க பிரிட்டிஷ்காரர்கள் அரசமைப்பு முறைகளை நாடத் தொடங்கினர்.

இந்தியாவில் 1946 மார்ச் 14 அன்று வந்திறங்கிய அமைச்சரவைத் தூதுக்குழுவின் பின்னணி இதுதான். இதன் நோக்கம் என்னவென்பதை பிரதமர் க்ளெமென்ட் அட்லீ இவ்வாறு குறிப்பிட்டார்: "இந்தியர்கள் தமது எதிர் காலத்தையும் இடைக்கால அரசையும் முழுமையாகக் கட்டுப்படுத்தும் அரசமைப்புக் கட்டுமானத்தை உருவாக்கும்

இயந்திரத்தை நிறுவுவதுʼ. சட்டம் ஒழுங்கு ஆகியவற்றுக்குப் பொறுப்பாக இருந்த சக்திகள் நம்பத்தகுந்தவைதானா என்ற ஐயம் இருந்ததால், இதற்குமுன் இருந்த அளவுக்கு நம்பிக்கையோடு நிலைமையை எதிர்கொள்ள இயலாத நிர்வாக பலவீனம் இருப்பதை தூதுக்குழு உணர்ந்தது. முதன் முறையாக இந்த பலவீனத்தை அவர்கள் உணர்ந்தார்கள்; பேரப்பேச்சு தோல்வி அடைந்தால் ஆயுதப்படைகளின் விசுவாசம் பற்றி எதுவும் சொல்ல முடியாது. பிரிட்டிஷ் காரர்கள் ஒரு தீர்வைத் திணிக்க முடியாது. உத்தரவு இடும் அதிகாரி, பதவியில் இருந்து உடனடியாக இறங்க வேண்டி இருந்தால் "உத்தரவு போடும் கொள்கை" செயல்படாது.

இந்திய தேசப்பிரிவினைக்கு எதிராக பிரிட்டிஷ்காரர்கள்
ஒருங்கிணைந்த இந்தியாவுக்கு அதிகார மாற்றம் செய்யவே பிரிட்டிஷ்காரர்கள் விரும்பினர்கள். இராணுவத்தைப் பிரிக்காமல் விட்டுவைப்பதால் அவர்களுக்கு போர்த்தந்திரக் கோணத்தில் இது மாபெரும் நலம் பயக்கும். இந்தியா ஒரே அமைப்பாக இருப்பது பாதுகாப்புக் கண்ணோட்டத்தில் அத்தியாவசியமானது. ஆனால், காங்கிரஸ் மற்றும் முஸ்லீம் லீகுக்கு இந்த எண்ணங்களைப் பற்றி பிரிட்டிஷ்காரர்கள் அறிவிக்கவே இல்லை. இந்திய இராணுவத்தின் ஓரினத் தன்மையை தேசப்பிரிவினை அழித்துவிடும்; எனவே, மொத்தத் தோல்வி, அதன் விளைவாகப் பெரும் குழப்பம் என்ற நிலைக்கு ஒரே மாற்றாக மட்டுமே தேசப் பிரிவினை நிகழலாம். அப்படி தேசப்பிரிவினை நிகழ்ந்தாலும், இந்தியா, பாகிஸ்தான் மற்றும் மன்னர் சமஸ்தானங்கள் மட்டுமன்றி, பர்மா மற்றும் சிலோன் (இப்போதைய இலங்கை) — இவற்றைக் கொண்ட ஒருங்கிணைந்த பாதுகாப்பு அமைப்பு உருவாக்குவதற்கான ஒப்புதல் பெற முழு முயற்சி எடுக்கப்பட வேண்டும்.

பாகிஸ்தான் உருவானாலும், இராணுவ ரீதியாக தாக்குப் பிடிக்காது. ஆனால் பிரிட்டிஷ்காரர்கள் வெளிப்படையாக அதற்கு எதிராக இருக்க முடியாது; ஏனென்றால் இது பாலஸ்தீனத்தில் முஸ்லீம் உணர்வுகளைத் தூண்டிவிட்டு காமன்வெல்த் பாதுகாப்பு அமைப்புக்கு சவாலாக இருக்கும்.

ஆக, இராணுவத்திலிருந்த இந்தியர்களின் விசுவாசம் நம்பமுடியாதது; எனவே அடக்குமுறை என்பது கடினம்; ஓடிப்போவது அவமானகரமானது. பாகிஸ்தானோ, பொருளாதார மற்றும் இராணுவ ரீதியாக தாக்குப்பிடிக்க இயலாதது. இந்தச்சூழலில், பிரிட்டிஷ்காரர்களுக்கு இருந்த ஒரே வாய்ப்பு — ஒன்றுபட்ட இந்தியாவுக்கு அதிகாரக் கைமாற்றம் செய்வதற்கான பேரப்பேச்சுகள் வெற்றி பெற வேண்டும். ஏகாதிபத்தியப் பாதுகாப்பு அமைப்புக்குள் இந்தியாவை வைத்துக்கொள்ள வேண்டும் என்ற தமது நீண்டகால நோக்கத்தை பிரிட்டிஷ்காரர்கள் அடைவதற்கான ஒரே வழி இதுதான். இதற்காக அவர்கள் முழு முயற்சி எடுத்தார்கள்.

1946இன் பேரப்பேச்சுகள்

காந்தி ஒரு முனிவரல்ல — கடுமையான அரசியல்வாதி என்று வேவல் கருதினார். காங்கிரஸ் தலைவர்களுக்கும் அவர்களது விருப்பங்களுக்கும் கிரிப்ஸ் மற்றும் பெதிக்-லாரன்ஸ் அளவுக்கு அதிகமான மரியாதை கொடுப்பதாக வேவல் பிரபுவுக்குத் தோன்றியது. 'பிரிட்டனின் கடந்தகாலத் தவறு களுக்காக' பெதிக்-லாரன்ஸ் மன்னிப்புக் கேட்டதைக் கண்டு அரசப் பிரதிநிதி வேவல் அதிர்ச்சி அடைந்தார். காந்திஜி தண்ணீர் கேட்டபோது, கடைநிலைப் பணியாளரைக் கொண்டுவரச் சொல்லாமல், செயலாளரையே தண்ணீர் கொண்டுவரச் சொன்னார் கிரிப்ஸ்; அது உடனே வரவில்லை என்றவுடன் கிரிப்ஸ் தாமே கொண்டு வந்தார்.

வேவலுக்கு முஸ்லீம் லீகினரையும் பிடிக்கவில்லை. பாகிஸ்தான் என்பதற்கு என்ன அர்த்தம் என்று ஒருவராலும் சரியாக விளக்க முடியவில்லை. அவர்களிடம் வலுவான வாதங்கள் எதுவுமே இல்லை; "அதிகாரச் சமன்பாடு", "கௌரவம்", "உளவியல் ரீதியான தாக்கம்" போன்ற தெளிவற்ற சில சொற்றொடர்கள்தாம் அவர்களிடம் இருந்தன. அவர்கள் இந்துக்கள்பால் வெறுப்பைக் காட்டினார்கள். என்றாலும் வேவலும் அலெக்ஸாண்டரும் முஸ்லீம் லீகைக் கைவிடுவதில்லை என்பதில் உறுதியாக இருந்தார்கள்.

பிரிட்டிஷார் - காங்கிரஸ் என இரு தரப்புமே பாகிஸ்

அமைச்சரவைத் தூதுக்குழுத் திட்டம் 1946

தானுக்கு எதிராக இருந்தார்களே, அவர்கள் ஏன் லீகுக்கு எதிராக இணைந்து செயல்பட்டிருக்கக் கூடாது என்று வாசகர் கேட்கலாம். தேசப் பிரிவினை என்பது, காங்கிரஸ் அடைய விரும்பிய சமயச் சார்பற்ற ஒன்றுபட்ட இந்தியா என்ற கருத்துக்கு முரணானது. பிரிட்டிஷ்காரர்களோ, உலகளாவிய தமது சாம்ராஜ்யத்தின் இராணுவ அடிப் படையை தேசப்பிரிவினை தகர்த்துவிடும் என்று கருதினர். ஒன்றுபட்ட இந்தியாவுக்கு அதிகாரக் கைமாற்றம் செய்து அதை ஒரு இராணுவத் தளமாகத் தக்க வைத்துக்கொள்ள அவர்கள் விரும்பினார்கள். சாம்ராஜ்யத்தின் அங்கமாக இருந்தபோது இந்தியா, பிரிட்டிஷ் மக்களுக்கு எந்தச் செலவும் இல்லாமல் பத்து இலட்சம் இராணுவ வீரர்களைக் கொடுத்து உதவியது. குறைந்த அவகாசத்தில் உலகின் எந்தப் பகுதியிலும் பணியில் ஈடுபடுத்த வல்ல நன்கு பயிற்சிபெற்ற ஒரு சக்தியாக பிரிட்டிஷ்-இந்திய இராணுவம் விளங்கியது.

பிரிட்டன் தனது உறுதியான இராணுவ சக்தியை அப்படியே தொடரலாம் என்பதற்கான உறுதிமொழி, சுதந்திரம் வழங்குவதற்கு ஒரு முன்நிபந்தனையாக இருக்கும் என்பதை பிரிட்டிஷ்காரர்கள் இந்தியத் தரப்பினருக்கு அறிவிக்கவே இல்லை.

இதனால் அமைச்சரவைத் தூதுக்குழுவில் பேரம் பேசுவதில் ஈடுபட்டிருந்த மூன்று தரப்புகளும் வெவ்வேறு நோக்கங்களுடன் செயல்பட்டுக் கொண்டிருந்தன. லீக்: தேசப்பிரிவினைக்காக; காங்கிரஸ்: ஒருங்கிணைந்த சுதந்திர இந்தியாவுக்காக; பிரிட்டிஷ்காரர்கள்: காங்கிரஸ்-லீக் வேறுபாட்டைப் பயன்படுத்தி தமது ஏகாதிபத்திய சக்தியை நிலைநாட்டிக் கொள்வதற்கு வசதியாக ஒரு இராணுவ ஒப்பந்தத்தை உருவாக்கிக் கொள்ள.

பாதுகாப்பு, வெளியுறவு, நிதி மற்றும் அடிப்படை உரிமைகள் இவற்றுக்கான நிர்வாக அதிகாரமும் சட்டம் இயற்றும் அதிகாரமும் கொண்ட ஒரு மைய அரசை 1946 மே 16 தேதியின் தூதுக்குழுத் திட்டம் கருத்தில் கொண் டிருந்தது. முஸ்லீம் லீகைத் தாஜா செய்வதற்காக, ஏனைய அதிகாரங்கள் அனைத்துமே மாகாணங்கள் வசம் இருக்கும் என்று அறிவித்தது. மாகாணங்களில் சில இணைந்து தாம்

பொதுவாக வைத்துக்கொள்ள விரும்பும் நிர்வாக அதிகாரங் களை நிர்ணயிக்கலாம்; இவ்வாறாக இணையும் மாகாணங் களின் குழுக்கள் தமக்கென்று ஒரு சட்ட சபையையும் நிர்வாக இயந்திரத்தையும் நிறுவிக் கொள்ளலாம்; பத்தாண்டுகளுக்கு ஒருமுறை, எந்த மாகாணமும் தனது சட்டமன்றத்தின் பெரும்பான்மை வாக்குகளின் வாயிலாக அரசமைப்புச் சட்டத்தை மறுபரிசீலனை செய்யலாம்; மாகாண சட்ட சபைகள், அரசமைப்புப் பேரவையைத் தேர்ந்தெடுக்கும்; அரசமைப்புப் பேரவையில், மாகாணங்களின் மக்கள் தொகைக்கு ஏற்ப ஒவ்வொரு மாகாணத்துக்கும் இடங்கள் ஒதுக்கப்படும் ஆகியன இந்தத் திட்டத்தின் அம்சங்களாகும்.

அரசமைப்புப் பேரவை, இந்து பெரும்பான்மை மாகாணங்கள், முஸ்லீம் பெரும்பான்மை மாகாணங்கள். மன்னர்களின் சமஸ்தானங்கள் என்று மூன்று பிரிவுகளாகப் பிரிக்கப்படும்; இந்துக்கள் மற்றும் முஸ்லீம்களின் அணிகள் தத்தமது அணிகளுக்கான மாகாணங்களின் அரசமைப்பையும் மாகாணங்களின் குழுக்கள் அரசமைப்பையும் தீர்மானிக்க தனித்தனியே கூடும். இது தீர்மானிக்கப்பட்ட பிறகு, ஒரு மாகாணம் தனது குழுவை விட்டு விலக முடிவு செய்யலாம். அதன்பிறகு மூன்று பிரிவுகளும் ஒன்றாகக்கூடி ஒன்றியத்தின் அரசமைப்பைத் தீர்வு செய்யும்.

இவ்வாறு பிரிக்கப்படுவது, தேசப்பிரிவினைக்கு வழி வகுக்கும் என்று காங்கிரஸ் அஞ்சியது. இந்தத் திட்டம் ஒரு ஒன்றியம் உருவாக வழிவகுக்கிறது என்று லீக் குறைகூறியது. ஒன்றியத்தின் எந்த அம்சத்தையும் லீக் ஒத்துக் கொள்ள வில்லை. ஒருங்கிணைந்த இந்தியாவுக்கான அரசமைப்புப் பேரவையில் நுழைவதில்லை என்பதில் லீக் தீர்மானமாக இருந்தது.

ஒவ்வொரு பிரிவினரும் தமது அரசமைப்பை தாமே ஏற்படுத்திக் கொள்ளலாம்; தூதுக்குழுவின் திட்டத்துக்கேற்ப அரசமைப்புச் சட்டம் உருவான பின்னரே அதிகாரம் கைமாற்றம் செய்யப்படும் என்று 1946 மே 16 அன்று தனிப்பட்ட உரையாடல்களில் பிரிட்டிஷ்காரர்கள் லீகுக்கு அறிவித்தனர். கொள்கைரீதியாகப் பார்த்தால், எந்தப் பிரிவினரும் ஒருங்கிணைந்த இந்தியாவிலிருந்து பிரிந்து போக

முடியும் என்பதுதான் இதன் பொருள். ஆக, பிரிட்டிஷ் காரர்கள் இந்தியாவைவிட்டு வெளியேறு முன்னரே பாகிஸ் தான் நிதர்சனமாக முடியும்.

எனவே, அரசமைப்புச் சட்டம் உருவாக்கும் நெடிய பணி தொடர வேண்டும், பாகிஸ்தான் நிதர்சனமாகும் மட்டும் பிரிட்டிஷ்காரர்கள் இருக்க வகை செய்ய வேண்டும் என்று ஜின்னா எதிர்பார்த்தார். சட்ட மன்றத்தின் ஒவ்வொரு பிரிவினரும் தத்தமது அரசமைப்பை உருவாக்குவதையே பிரிட்டிஷ்காரர்கள் விரும்பினார்கள் என்று கிரிப்ஸ் மற்றும் பெதிக்-லாரன்ஸ் 1946 மே 16 அன்று லீகினரிடம் தெரிவித்தனர். புதிய அரசமைப்புச் சட்டம் உருவாகும்வரை, இறையாண்மை கைமாற்றம் செய்யப்பட மாட்டாது.

அரசமைப்புப் பேரவையை இவ்வாறு மூன்று பிரிவு களாகப் பிரிப்பதற்கு காங்கிரஸ் தலைவர்கள் எதிர்ப்புத் தெரிவித்தனர். அரசமைப்புப் பேரவைக்கு இறையாண்மை இருக்க வேண்டும் என்று வலியுறுத்தினர். இரண்டு நிபந்தனைகளுக்கு உட்பட்டு பிரிட்டிஷ்காரர்கள் இதற்கு ஒப்புதல் அளித்தனர்: முதலாவதாக, சிறுபான்மையினருக்கு நியாயம் வழங்கப்பட வேண்டும்; இரண்டாவதாக, இந்தியா வுக்கும் பிரிட்டனுக்கும் பாதுகாப்பு ஒப்பந்தம் ஏற்பட வேண்டும். லீகிடம் சொன்னதற்கு நேர்மாறாக, அரசமைப்புப் பேரவை இறையாண்மை கொண்டதாக இருக்கும் என்று காங்கிரசிடம் பிரிட்டிஷ்காரர்கள் சொன்னார்கள். அதாவது, லீகிடம் அறிவித்ததுபோல தூதுக்குழுத் திட்டத்தை செயல் படுத்துவது அவர்கள் பொறுப்பு இல்லை. இரண்டு தரப்பினருக்கும் முரணான வாக்குறுதிகளை பிரிட்டிஷ் காரர்கள் அளித்திருக்கிறார்கள் என்பது காங்கிரசுக்கோ லீகுக்கோ தெரியாது.

ஆறு முஸ்லீம் பெரும்பான்மை மாகாணங்களையும் கட்டாயமாகத் தொகுப்பது இறையாண்மை கொண்ட பாகிஸ்தான் உருவாக வழிவகுக்கும் என்று நம்புவதாலேயே இந்தத் திட்டத்துக்கு ஒப்புதல் அளிக்கிறோம் என்பதை முஸ்லீம் லீக் தீர்மானம் வெளிப்படையாகக் காட்டியது.

அதற்குச் சற்றுப் பின்னதாக, அரசமைப்புப் பேரவை எப்படிச் செயல்பட வேண்டும் என்று அறிவிக்கும் உரிமை

யாருக்கும் கிடையாது என்பதை வலியுறுத்தி, இந்தத் தொகுப்புக்கு எதிராக இருப்பதால் தூதுக்குழுத் திட்டத்தை ஏற்றுக் கொள்வதாக காங்கிரஸ் தீர்மானம் நிறைவேற்றியது. இந்த தீர்மானத்தை பிரிட்டிஷ்காரர்கள் ஏற்றுக் கொண்டனர். இது ஜின்னாவின் சந்தேகத்தைக் கிளப்பியது.

1946 ஜூலை 19 மற்றும் 29இல் நேரு அரசமைப்புப் பேரவையின் இறையாண்மையை வலியுறுத்தினார். இந்தியக் கட்சிகள் அரசமைப்புப் பேரவைக்குள் நுழைந்ததும், அரசியல், சமூக மற்றும் பொருளாதார விஷயங்களில் அக்கறை காட்டுவார்கள் என்று நேரு நம்பினார். எனவே மாகாணங்களைத் தொகுப்பது பின்னுக்குத் தள்ளப்பட்டு விடும். அதாவது, அடிப்படையில் நேருவின் கருத்து மாகாணங்களைத் தொகுப்பதைப் பற்றியது அல்ல. அதைவிட முக்கியமானது: எந்த விஷயத்திலும் அரசமைப்புப் பேரவை எப்படிச் செயல்பட வேண்டும் என்று பிரிட்டிஷ்காரர்கள் கட்டளையிட முடியாது என்பதைத்தான் நேரு உறுதிபடக் கூறினார். திட்டவட்டமாக அவர் கருத்து பிரிட்டிஷ்காரர் களைக் குறி வைப்பதாக இருந்தது; அது அரசமைப்புப் பேரவையின் சுதந்திரத்தை வலியுறுத்தியது. ஜின்னா கேட்டும் பிரிட்டிஷார் நேருவின் கருத்துக்குப் பதில் அளிக்கவில்லை.

தூதுக்குழுவின் திட்டம் தோல்வி அடைந்ததற்குக் காரணம், மாகாணங்களைத் தொகுப்பது பற்றிய திட்டத்தை நேரு எதிர்த்ததுதான் என்று அவரைக் குறை கூறுபவர்கள் குற்றம் சாட்டியிருக்கிறார்கள். நேருவைக் குறைகூறுபவர்களில் ஒருவர் அவருடன் காங்கிரஸ் காரியக் கமிட்டியில் இருந்த மௌலானா அபுல் கலாம் ஆஸாத். இதனால், இந்த அரசியல் முறிவுக்கு நேருதான் காரணம் என்று தேசப்பிரிவினை பற்றிய முடிவற்ற வாதங்களில் தொடர்ந்து நேரு குற்றம் சாட்டப்பட்டு வருகிறார். 1947-க்குப்பிறகு, நேருவைக் குறை சொல்லும் இந்தியாவின் பிரபலமான பொழுது போக்கு, அந்த மனிதர் இறந்து 42 ஆண்டுகள் ஆன பிறகும் மிக எளிதாக இருந்தது. சொல்லப் போனால் காங்கிரசுக்கும் லீகுக்கும் இடையிலான அடிப்படை வேற்றுமை பிரிட்டிஷ் அரசாங்கத்தைப் பற்றிய அவர்கள் கண்ணோட்டத்திலும் சுதந்திர இந்தியா பற்றிய தொலை நோக்கிலும்தான் இருந்தது. இந்தப் பிளவு, 1946இல்

அரசியல் பேச்சுவார்த்தைகளின் போது தலை தூக்கி நின்றது; மேலும் ஆழமாயிற்று.

காங்கிரசுக்கும் லீகுக்கும் இடையிலான நம்பிக்கை யின்மை தொன்று தொட்டு நிலவியதே. இந்தச் சூழ்நிலையில், அரசமைப்புப் பேரவை நடவடிக்கைகளுக்கான பொறுப்பை ஏற்போம் என்று உறுதி அளிக்காத வரையில் மாகாணங் களைத் தொகுப்பது பற்றிய பிரிட்டிஷ்காரர்களின் வாக்குறுதிக்கு எந்த மதிப்பும் இருக்காது. ஆனால் அரசமைப்புச் சட்டம் பற்றி இறுதி முடிவு எடுக்கும் உரிமையை பிரிட்டிஷ்காரர்களுக்கு அளிக்க காங்கிரஸ் எப்படி ஒத்துக்கொண்டது என்பது வியப்பானது.

நேருவின் கருத்துக்கு பிரிட்டிஷ்காரர்கள் பதில் அளிக்க வில்லை என்பதில் ஜின்னாவுக்கு வருத்தம். அரசமைப்புப் பேரவையில் காங்கிரஸ் ஆதிக்கத்துக்கு எதிராக பிரிட்டிஷ் காரர்கள் உறுதியளிக்க வேண்டும் என்று லீக் விரும்பிய உறுதிமொழி, அரசமைப்புப் பேரவை மீது பிரிட்டிஷ் காரர்களின் ஆதிக்கத்தை எற்படுத்தும் என்பது காங்கிரஸ் கண்ணோட்டம். காங்கிரஸ் இல்லாமல் தொடர்ந்து செல்வதற்கு பிரிட்டிஷ்காரர்கள் விரும்பவில்லை என்று லீக் புரிந்து கொண்டது; அரசமைப்புப் பேரவையின் அந்தஸ்து மற்றும் செயல்முறைகள் பற்றி அளித்த வாக்குறுதிகளை பிரிட்டிஷ்காரர்கள் காற்றில் பறக்க விட்டது போலத் தெரிந்தது. காங்கிரஸ் – லீக் கருத்து வேற்றுமைகள் புதிதல்ல. அமைச்சரவைத் தூதுக் குழுவுடனான பேச்சுவார்த்தைகளின் அனைத்து விஷயங்களிலும் அவை வெளிப்பட்ட.ன. லீகுக்கு உறுதியளித்த வகையில் தூதுக்குழுத் திட்டத்தை பிரிட்டிஷ் காரர்கள் செயல்படுத்த மாட்டார்கள்; அவர்களிடமிருந்து தமக்கு எதுவும் கிடைக்காது என்று லீக் புரிந்து கொண்டதும், அது நிரூபிக்கப்பட்டதும்தான், 1946 ஜூலை 29 அன்று “நேரடி நடவடிக்கைக்கு” லீக் அழைப்புவிடக் காரணமாக இருந்தது.

9

இடைக்கால அரசு, நேரடி நடவடிக்கை, வேவலின் நிலைகுலைவு சமாளிப்புத் திட்டம் 1946-47

1946 ஆகஸ்ட் 16-ஐ "நேரடி நடவடிக்கை" தினமாக மேற்கொள்ளுமாறு முஸ்லீம் லீக் அழைப்பு விட்டதால் ஏற்பட்ட புதிய அவசர நிலையை விவாதித்த தொழிற் கட்சி அரசு, தொடக்க முயற்சியை பிரிட்டிஷ்காரர்கள் கைதவற விட்டு விடக்கூடாது என்று வேவலுக்கு அறிவுறுத்தியது. ஜின்னாவின் ஒத்துழையாமை, இடைக்கால அரசு நிறுவப் படுவதைத் தடுத்துவிடக் கூடாது. ஜின்னாவைச் சந்தித்து இடைக்கால அரசில் முஸ்லீம் லீகினர் சேர அனுமதிக்க வேண்டும் என்று வலியுறுத்துமாறும் அவர்கள் வேவலுக்குக் கட்டளை இட்டார்கள். காங்கிரஸ், முஸ்லீம் லீக் இரண்டுமே எதிராக இருக்க, காலவரையறை இன்றி அதிகாரிகளே அரசாங்கத்தை நடத்தும் நிலைக்குத் தள்ளப்படுவதை பிரிட்டிஷ்காரர்கள் ஏற்றுக்கொள்ள முடியாது.

லீக் இல்லாமல் போகட்டும் என்று முடிவு எடுப்பது அபாயகரமானது. ஆனால் நடைமுறை சாத்தியமான வேறு வழியில்லை என்றால் அந்த முடிவு எடுக்கப்படும். இந்த நிலை பெரும்பாலும் காங்கிரசால் ஆன ஒரு அரசை ஆதரிப்பதாக இருக்கும்; லீக் வன்முறையில் இறங்கினால் காங்கிரசின் உதவியோடு அந்த வன்முறையை அடக்க வேண்டியிருக்கும்.

நேரடி நடவடிக்கை என்பதில் லீக் கொண்டிருந்த நோக்கம் என்ன என்று தெளிவாகத் தெரியவில்லை. இது பற்றிக் கருத்தளிக்க மறுத்த ஜின்னா, தாம் நெறிகளைப் பற்றி விவாதிக்க விரும்பவில்லை என்றார். பெரும்பாலான

மாகாண லீகினர் அமைதியான ஆர்ப்பாட்ட நிகழ்ச்சிகள் நடத்துமாறு அழைப்பு விடுத்தனர். அமைதியாக நடந்து கொள்ளுமாறு ஜின்னா ஆகஸ்ட் 16 அன்று முஸ்லீம்களைக் கேட்டுக் கொண்டார். டான் (Dawn) போன்ற முஸ்லீம் லீக் நாளிதழ்களில் இப்படி ஒரு விளம்பரம் 1946 ஆகஸ்ட் 16 அன்று வெளியானது.

"இன்று நேரடி நடவடிக்கை நாள்...

ஆக்கிரமிப்பை எதிர்ப்பேன் என்று, முஸ்லீம்கள் அனைவரும் இன்று அல்லாவின் பெயரால் உறுதி எடுக்க வேண்டும்.

ஏனென்றால்,

அவர்கள் சமாதானத்தை முன்வைத்தார்கள், ஆனால் சமாதானம் நிராகரிக்கப்படது;

அவர்கள் தமது வாக்கைக் காப்பாற்றினார்கள், ஆனால் துரோகம் இழைக்கப்பட்டார்கள்;

அவர்கள் உரிமை கோரினார்கள், ஆனால் அவர்களுக்கு அடிமை நிலை அளிக்கப்பட்டது.

இப்போது அவர்களது வலிமை மட்டுமே அவர்களது உரிமைகளைப் பெற்றுத்தரும்."

நேரடி நடவடிக்கை கல்கத்தாவில் மட்டும் வன்முறையானது. அதற்கான முன்னறிகுறிகள் பல கல்கத்தாவில் இருந்தன. முதலமைச்சர் எச்.எஸ். சுராவர்தி உட்பட லீகின் மூத்த தலைவர்கள், முஸ்லீம்கள் அஹிம்சைக்குக் கட்டுப் பட்டவர்கள் அல்ல என்றனர். சில லீக்காரர்கள், வன்முறை இந்துக்களை நோக்கியே இருக்கும், பிரிட்டிஷ்காரர்களுக்கு எதிராக அல்ல என்றனர். ஆனால் ஆகஸ்ட் 16 காலையில் இராணுவம் தனது முகாம்களுக்குள்ளேயே கட்டுப்படுத்தப் பட்டிருந்தது. ஆளுநர் ஸர் பிரடெரிக் பர்ரோஸ் ஒப்புதலுடன் அன்றைய தினத்தை பொது விடுமுறை நாளாக சுராவர்தி அறிவித்தார். வகுப்புவாத மோதலுக்கான அபாயத்தைக் குறைக்கவே இவ்வாறு செய்ததாக வேவலுக்கு விளக்கம் அளித்தார் பர்ரோஸ்.

மோதல்கள் பற்றிய தகவல்கள் காலை 6 மணிக்கு முன்பே காவல் துறைத் தலைமையகத்துக்கு வரத் தொடங்கின.

பிற்பகல் வாக்கில் வன்முறை தீவிரமடைந்து பரவி இருந்தது. உடனடியாக இராணுவத்தை அழைக்க வேண்டும் என்று பிற்பகல் 2.40 வாக்கில் தலைமைச் செயலர் ஆளுநருக்கு அறிவித்தார். பர்ரோஸ் ஒத்துக் கொண்டார். ஆனால் இராணுவம் பயன்படுத்தப்படவில்லை. ஏனென்றால், நகரத்தைச் சுற்றிப் பார்த்த ஆளுநர், தாம் எதிர்பார்த்த அளவுக்கு நிலைமை மோசமாக இல்லை என்ற முடிவுக்கு வந்தார்.

கல்கத்தா சம்பவங்களுடன் சுராவர்தி மற்றும் மாகாண லீகுக்கு தொடர்பு இருந்தது என்பதில் எந்த ஐயமும் இல்லை. முஸ்லீம் லீக் லாரிகளைப் பயன்படுத்துவதற்காக முதல்வரின் கையொப்பமிட்ட கூப்பன்கள் கலவரத்துக்கு பல நாட்கள் முன்பே விநியோகிக்கப்பட்டன. 16ஆம் தேதி பயன்படுத்த முதலுதவி நிலையங்களுக்கும் நடமாடும் ஊர்திகளுக்கும் லீக் விரிவான முன்னேற்பாடுகள் செய்தது. முதலமைச்சருடன் நகரத்தைச் சுற்றிப் பார்த்த இராணுவத் தளபதி ஸர் ராய் புச்சர் வகுப்புவாத நிலைமை அசாதாரணமாக இருக்கிறது என்று அவரிடம் கூறினார். இராணுவத்தில் இந்துக்களும் முஸ்லீம்களும் மகிழ்ச்சியோடு இணைந்து வாழ்வதையும் பணியாற்றுவதையும் வலியுறுத்தினார். விரைவிலேயே அதற்கு ஒரு முடிவு கட்டிவிடுவேன் என்று சுராவர்தி பதிலளித்தார்!

கலவரம் தொடர்பாகக் கைது செய்யப்பட்ட முஸ்லீம்கள் அனைவரையும் விடுவிக்க வேண்டுமென்று காவல் துறைக் கண்காணிப்பாளரிடம் சொல்லுமாறு சுராவர்தி, 24 பர்காணா மாவட்டத்தின் ஆணையருக்குக் கட்டளையிட்டார். அந்த அதிகாரி, பாராட்டுக்குரிய வகையில், இதை மறுத்து விட்டார்.

கல்கத்தா கலவரத்தைப்பற்றிய ஒரு முக்கிய சர்ச்சை — அதில் வங்காள ஆளுநர் ஸர் பிரடெரிக் பர்ரோஸ்-இன் பங்கு பற்றியது. 1935 சட்டத்தின் பிரிவு 52(1), மாகாணத்தின் அமைதிக்குப் பெரும் பங்கம் விளைவதைத் தடுப்பதற்கான அதிகாரத்தை ஆளுநருக்கு வழங்கியிருந்தது. முக்கியமான இந்தப் பொறுப்பை செயல்படுத்தும் விஷயத்தில், என்ன நடவடிக்கை எடுக்க வேண்டும் என்று முடிவெடுப்பதில் ஆளுநர் தமது தனிப்பட்ட சொந்த முடிவுக்கு வரவேண்டும்.

சுராவர்தி கட்டுப்பாட்டு மையத்தில் அதிகநேரம் செலவு செய்தார்; பெரும்பாலான சமயங்களில் தமது ஆதரவாளர் களுடன் அங்கே இருந்தார். இது காவல்துறை ஆணையர் தெளிவான ஆணைகள் பிறப்பிக்க இடையூறாக இருந்தது. நடவடிக்கைகளில் அடிப்படை விவரங்கள் அளவுக்கு ஈடுபட்டுச் செயல்படுவது அமைச்சர்களின் பொறுப்பு அல்ல. ஆனால் காவல்துறை ஆணையரின் நிலை தர்மசங்கடமாக இருந்தது. சட்டம் ஒழுங்குக்குப் பொறுப்பேற்கும் அமைச்சர் கட்டுப்பாட்டு மையத்தைவிட்டு வெளியே இருக்க வேண்டும் என்று அவர் கோர முடியாது. முதலமைச்சர் கட்டுப்பாட்டு மையத்துக்குப் போவதைத் தடுக்கும் அதிகாரம் பர்ரோஸ் வசம் மட்டும்தான் இருந்தது. ஆனால் அவர் அப்படி ஆணையிடவேயில்லை.

மீண்டும் ஆகஸ்ட் 17 அன்று நகரத்தை சுற்றிப் பார்த்த பர்ரோஸ் முந்திய நாளின் வகுப்புவாதப் படுகொலைகளின் அளவைத் தாம் குறைத்து மதிப்பிட்டு விட்டதாக உணர்ந்தார். எனவே அவர் இராணுவ நடவடிக்கைக்கு உத்தரவிட்டார் பிற்பகல் 3.30க்கு இராணுவ நடவடிக்கை தொடங்கியது. ஆகஸ்ட் 20ஆம் நாள்தான் நிலமையில் குறிப்பிடத்தக்க முன்னேற்றம் ஏற்பட்டது.

இராணுவம் ஏன் இவ்வளவு தாமதமாகக் களமிறக்கப் பட்டது? குறிப்பாக, விரைவாக இராணுவம் களமிறக்கப் பட்டால் கலவரத்தை அடக்கிவிடலாம் என்று இராணுவ அதிகாரிகள் கருதி இருந்தும் ஏன் தாமதம் செய்யப்பட்டது? குழப்பத்திலிருந்து இயல்பு நிலைமை ஏற்படுத்த சுராவர்தியின் எந்த அமைச்சரும் தமக்கு எந்த உதவியும் தரவில்லை என்று தளபதி ராய் புச்சர் தெரிவித்தார். இது போன்ற எந்த சந்தர்ப்பத்திலும் அமைச்சரவை பதவி நீக்கம் செய்யப்படும் என்று நேருவுக்கு கிரிப்ஸ் வாக்குறுதி அளித்திருந்தும், அமைச்சரவை பதவி நீக்கம் செய்யப்படவில்லை.

ஆளுநர் ஆட்சியைப் புகுத்தினால் அதன் விளைவாக எழும் முஸ்லீம் லீக் கிளர்ச்சியை தம்மால் சமாளிக்க முடியாது என்பதால்தான் ஆளுநர் ஆட்சியை ஏற்படுத்தவில்லை என்று ஆளுநரே (பர்ரோஸ்) அளித்த வாக்குமூலம், பெருத்த அளவிலான சட்டம் ஒழுங்குப் பிரச்சினைகளைச் சமாளிப்

பதில் அரசாங்கத்துக்கு இருந்த திறமை பற்றிய கேள்விகளை எழுப்புகிறது. கல்கத்தாவில் "நேரடி நடவடிக்கை"யின் விளைவாக இறந்தவர் எண்ணிக்கை 10,000. எனினும் ஒரே ஒரு குற்ற வழக்குதான் தொடரப்பட்டது. இராணுவம் அழைக்கப்பட்ட உடனேயே ஒழுங்குமுறை திரும்பியது. இதனால்தான் அவர்களை முன்னதாக அழைக்கவில்லை என்று பர்ரோஸ் மீது குற்றம் சாட்டப்படுகிறது.

நேரடி நடவடிக்கை பிரிட்டிஷ்காரர்கள் சமாளிக்க வேண்டிய மற்றுமொரு பிரச்சினை. காங்கிரஸ் எதிர்ப்புக் காட்டும், லீக் தோழமை பாராட்டும் என்று பிரிட்டிஷ் காரர்கள் முன்னர் கருதி வந்தனர். ஆனால் 1946 ஆகஸ்டில் அப்படி இல்லை. ஜின்னா வெளிப்படையாகக் கிளர்ச்சி செய்யப்போவதாக மிரட்டினார்; இதைக் கவனிக்காமல் விட்டுவிட முடியாது. ஆனால் பெதிக்-லாரன்ஸ் குறிப் பிட்டது போல, வெற்றுக் கோரிக்கையாகிய பாகிஸ்தானைத் தவிர அவரிடம் வேறு எந்த ஆக்கபூர்வமான கருத்தும் இல்லை. தொழிற்கட்சி அரசுக்கு என்ன செய்வது என்று புரியவில்லை. நாளுக்கு நாள் நிலைமை மாறிக்கொண்டே இருந்தது. எந்தக் கொள்கைத் தீர்மானமும் ஒரு வாரத்துக்குள் தவறாகிப் போனது

நிலைமை கட்டுக்கு மீறினால் நேர்கொள்ள வேவலின் ஒரு திட்டம்

இடைக்கால அரசில் லீக் இருக்க வேண்டும் என்பதில் வேவல் அக்கறையாக இருந்தார்; இல்லாவிட்டால் வகுப்புவாத வன்முறையை நிறுத்த முடியாது என்று அவர் கருதினார். ஆனால், ஏற்கெனவே லீகிடம் இருந்த விடாப்பிடிவாதம், கல்கத்தாவில் தூண்டிவிடப்பட்ட வன்முறை என்ற பின்னணியில், அரசமைப்புப் பேரவையில் வகுப்புவாரிப் பிரிவுகள் ஏற்படுத்துவதை காந்தியும் நேருவும் ஏற்றுக்கொள்ள வில்லை. இடைக்கால அரசில் அனைத்து முஸ்லீம் உறுப்பினர்களையும் தாமே நியமிக்க வேண்டும் என்ற லீகின் கோரிக்கையையும் காங்கிரஸ் ஏற்றுக்கொள்ளவில்லை. காங்கிரசின் போக்கு உதவிகரமாக இல்லை என்று வேவல் கருதினார். ஆனால் லீகின் அரசியல் செயல்பாடுகளை அவர்

இடைக்கால அரசு, நேரடி நடவடிக்கை, வேவலின் திட்டம்

கண்டிக்கவில்லை. பிரிட்டிஷ்காரர்கள் 16 மே அன்று லீகுக்கு அளித்த வாக்குறுதியை உறுதி செய்யாவிட்டால் லீக் தொடர்ந்து அதே முறைகளைத்தான் கடைப்பிடிக்கும் என்று அவர் பிரிட்டிஷாரை எச்சரித்தார். வகுப்புவாத அடிப்படையிலான பிரிவுகளை காங்கிரஸ் ஏற்றுக் கொள்ளாவிட்டால் பிரிட்டிஷ்காரர்கள் அரசமைப்புப் பேரவை விஷயத்தை மேற்கொண்டு செயல்படுத்த வேண்டாம் என்பது அவர் கருத்து. அரசமைப்புப் பேரவையை நிறுவுவது பற்றிப்பொது அறிவிப்பு செய்யப்பட்டு விட்டது; எனவே அதை அமைக்காவிட்டால் நம்பிக்கை மோசடி செய்வோராகக் காட்டப்படுவோம் என்று பெதிக்-லாரன்ஸ் அவருக்கு நினைவு படுத்தினார்.

வன்முறைக்கான லீகின் அச்சுறுத்தலுக்கு இடையே செப்டம்பர் 2ஆம் நாள் இடைக்கால அரசு தொடக்கி வைக்கப்பட்டது. ஜின்னாவின் கண்ணோட்டத்தில், இந்திய தேசப்பிரிவினைதான் இதற்கு ஒரே மாற்று. பல முஸ்லீம் பெரும்பான்மை மாகாணங்களில் நேரடி நடவடிக்கைக்கான முஸ்தீபுகள் நடைபெறுகின்றன என்று அறிக்கைகள் வந்தன.

இந்த நிலையில் ஜின்னாவுக்கு சற்று விட்டுக்கொடுக்க காங்கிரஸ் முயற்சித்தது. வகுப்புவாதப் பிரிவுக் குழுக்கள் பற்றி ஆய்வதற்காக காங்கிரஸ் சில பிரிவுகளை உருவாக்கும் என்று செப்டம்பர் 7ஆம் நாள் நேரு குறிப்பிட்டார். இதை வேவல் வரவேற்றார். அமைச்சரவைத் தூதுக் குழு மே 16 அன்று லீகுக்கு அளித்த உறுதிமொழி நிறைவேற்றப்படும் என்பதை பிரிட்டிஷ்காரர்கள் தெளிவுபடுத்த வேண்டும் என்று அவர் விரும்பினார். ஒற்றைக்கட்சி அடிப்படையில் அரசமைப்புச் சட்டம் உருவாவதைவிட, மையத்திலும் மாகாணங்களிலும் காங்கிரசின் ஒத்துழைப்பை இழப்பது பரவாயில்லை என்று அவர் கருதினார்.

பிரிட்டிஷ்காரர்களுக்கு நிலைமை இன்னும் கடுமையாகும் என்பதை வேவல் உணர்ந்தார். நிலைமை கட்டுக்கு மீறிப் போனால் எதிர்கொள்வது குறித்து திட்டம் ஒன்று வைத்திருக்க வேண்டியதன் அவசியத்தை அவர் தொழிற்கட்சி அரசுக்கு வலியுறுத்தி வந்தார். நிர்வாக அடிப்படையில் பார்த்தால் பிரிட்டிஷ்காரர்கள் பதினெட்டு மாதங்களுக்கு

மேல் இந்தியாவை நிர்வகிக்க முடியாது என்று செப்டம்பர் 7, 23, மற்றும் அக்டோபர் 30இல் வேவல் குறிப்பிட்டார். அளவிலும் கொடூரத்திலும் முன்னெப்போதுமில்லாத வகுப்புவாத வன்முறைதான் வேவலை இப்படிப் பேச வைத்தது. எனவே 1948 மார்ச் வாக்கில் இந்தியாவை விட்டு வெளியேறத் தயாராக இருக்க வேண்டும் என்றார்; ஆனால் 1947 ஜனவரி வாக்கிலேயே அப்படியொரு மோசமான நிலை ஏற்படலாம் என்று வேவல் எதிர்பார்த்தார். இராணுவத்திலும் குடிமைப் பணிகளிலும் இருந்த இந்தியர்களின் விசுவாசம் நிச்சயமற்றது என்பது வேவல் கருதிய நிர்வாக அடிப்படை களில் ஒரு பகுதிதான். ஏனென்றால் நாடு தழுவிய கிளர்ச்சியை விசுவாசமான பணியாளர்கள் உதவியால் மட்டும் முழுமை யாக அடக்கிவிட முடியுமா என்பதுதான் கேள்வி.

உண்மையில் அத்தகைய கிளர்ச்சியை அடக்க இயலாமை தான் பிரிட்டிஷ்காரர்கள் நிர்வாகத்தின் அடிப்படை பலவீனம். போரின்போது அதிகப்படியாக இந்தியர்களைப் பணியில் சேர்த்தது, 1943க்கும் 1945க்கும் இடையே அதிகப்படி உரிமைகளை வழங்க வேண்டும் என்று போர்க்கால அமைச்சரவைக்கு அறிவுரை வழங்க வேவலைத் தூண்டியது; ஆனால் சாம்ராஜ்யத்தை முடிவுக்குக் கொண்டுவர அவர் ஆலோசனை வழங்கவில்லை. அரசியல் மற்றும் வகுப்புவாதப் பிளவு முற்றிக் கொண்டிருந்ததும், தொழிலாளர்கள் கிளர்ச்சியும், ஏற்கெனவே கலகலத்துக் கொண்டிருந்த சாம் ராஜ்யத்தின் ராணுவ அடித்தளங்களுக்கு புதிய பிரச்சினை களைக் கொடுத்தன. பிரிட்டிஷ் வெறுப்புத் தன்மையின் அறிகுறிகள் வலுவாகக் காணப்பட்டன என்பது குறிப்பிடத் தக்கது. பிரிட்டிஷ்காரர்களுக்கு இசைவான நிபந்தனை களுடன் அதிகாரக் கைமாற்றம் நிகழும் என்று அமைச்சரவை அப்போதும் நம்பிக் கொண்டிருந்தது.

பிரிட்டிஷ்காரர்கள் இந்தியாவைவிட்டு மனமுவந்து வெளியேற நெடுநாட்களாகத் திட்டமிட்டுக் கொண்டிருந் தனர் என்று கருத எந்த ஆதாரமும் இல்லை. இந்தியாவை விட்டு வெளியேறினால் சர்வதேச அரங்கில் தமது அந்தஸ்தின் மேல் ஏற்படுத்தும் விளைவைக் கருதியே, அதற்கான தேதி குறிக்குமாறு வேவல் கூறியதை பிரிட்டிஷ் அரசு நிராகரித்தது.

வேவலின் திட்டத்தை நிறைவேற்றுவது ஒரு நிலைகுலைவை உருவாக்கும் என்று தொழிற்கட்சி அமைச்சரவை நினைத்தது. நிர்வாகத்தை வலுப்படுத்த அதிகப்படி பிரிட்டிஷ்காரர்களை அடுத்த பத்துப் பதினைந்து ஆண்டுகளுக்குப் பதவியில் அமர்த்தினாலும், மக்கள் புரட்சியை அரசினால் சமாளிக்க இயலாது. அமைச்சர்கள் இந்தியாவை விட்டு ஓட்டம் பிடிப்பதைத் தவிர்க்க எண்ணினார்கள்; இது தவிர்க்க இயலாதது என்ற வேவலின் சோர்வுவாதக் கருத்தை அமைச்சர்கள் ஏற்றுக் கொள்ளவில்லை.

வன்முறை வலுக்கிறது

இதற்கிடையில், லீகை இடைக்கால அரசில் பங்கேற்கக் கோரிய வேவலின் முயற்சி ஒருவழியாகப் பலன் அளித்தது. காங்கிரசுக்கான ஒதுக்கீட்டில் ஒரு தேசியவாத முஸ்லீம் இடம் பெற்றதற்குப் பதிலளிக்கு முகமாக, லீக் ஒரு ஷெட்யூல்டு பிரிவினரை நியமித்தது. இடைக்கால அரசில் லீக் பங்கேற்கும் என்று அக்டோபர் 13 அன்று ஜின்னா வேவலிடம் தெரிவித்தார்.

இடைக்கால அரசில் லீக் ஏன் நுழைந்தது என்பதைக் கண்டுபிடிப்பது கடினம். அது தொடர்ந்து காங்கிரசைத் தாக்கி வந்தது, பல மாகாணங்களில் தனது தேசியப் பாதுகாப்புப் படையை அமைத்து வந்தது. வகுப்புவாத பதற்றத்தைக் குறைக்க லீக் எந்த விருப்பத்தையும் காட்ட வில்லை. சொல்லப்போனால், எதிர்ப்புக் கொள்கை மற்றும் வகுப்புவாதப் பிரச்சாரத்தின் வாயிலாகவே லீக் தனது மக்கள் ஆதரவைத் தக்கவைத்துக் கொள்ளமுடியும் என்று லீக் தலைவர்கள் அறிந்திருந்தர்கள்.

ஆக, இடைக்கால அரசில் லீக் நுழைந்ததால் வகுப்புவாத அழுத்தம் குறையவில்லை. அடுத்து என்ன செய்வது என்று பிரிட்டிஷ் அமைச்சரவை விவாதித்துக் கொண்டிருக்கும் போதே, நவகாளியிலும் திப்பேராவிலும் வகுப்புவாத வன்முறை வெடித்தது. கொலை, கற்பழிப்பு, மதமாற்றம், கட்டாயத் திருமணம் உள்ளிட்ட பிரச்சினையின் அனைத்து அம்சங்களின் பின்னணியிலும் முன்னேற்பாடுகள் நடந்திருப் பதற்கான சான்றுகள் இருந்தன.

வங்காள அரசின் செயல்பாடு கண்டனத்துக்குரியது. பிரச்சினை தொடங்கிய அக்டோபர் 12ஆம் நாள் பர்ரோஸ் விடுப்பில் இருந்தார். கலவரத்தோடு தொடர்பு கொண்ட குற்ற வழக்குகள் அனைத்தையும் திரும்பப் பெறுமாறு லீக் அமைச்சரவை காவல்துறையை வற்புறுத்தியது. இதில், கொலை, கலகம், தீவைப்பு, கொள்ளை, கற்பழிப்பு முதலியவை அடங்கும். அகதிகள் மறுவாழ்வு பற்றிய கொள்கை மற்றும் விவரங்கள் பற்றி மாவட்ட அதிகாரிகளுக்கு ஏதும் கூறப் படவில்லை.

லீகின் மையத் தலைமை வன்முறையைக் கண்டிக்க வில்லை. லீகின் தேசியப் பாதுகாப்புப் படை வன்முறையில் ஈடுபட்டது பற்றியும் கேள்வி எழுந்தது.

லீகின் தேசியப் பாதுகாப்புப் படை, 1946 அக்டோபரில் திருத்தியமைக்கப்பட்டது லீகின் மையத் தலைமை பற்றிய கேள்விகளை எழுப்புகிறது. இந்த பாதுகாப்புப் படை கிழக்கு வங்காளத்தில் தானாகவே செயல்பட்டதா அல்லது, மைய நடவடிக்கைக் குழுவின் ஆணையின் பேரில் செயல்பட்டதா என்பது இன்றளவும் பதில் கிடைக்காத கேள்வியாகவே இருக்கிறது.

இதற்கிடையில், இந்துப் பெரும்பான்மை மாகாணங் களாகிய பீஹார் மற்றும் ஐக்கிய மாகாணங்களில், பிரிட்டிஷ் ஆட்சி துவங்கிய காலத்திலிருந்து அன்று வரை நிகழாத அளவுக்கு மிக மோசமான வகுப்புவாத வன்முறைச் சம்பவங்கள் நிகழ்ந்தன. கிழக்கு வங்காளத்தின் வகுப்புவாத வன்முறைக்கு எதிர்வினையாக, கல்கத்தாவின் நேரடி நடவடிக்கைக்குப் பதிலடியாக, சில இந்துக்கள் முஸ்லீம் எதிர்ப்பு வன்முறைக்கு ஏற்பாடு செய்தனர். வங்காளம் இந்தியாவுக்கு ஏற்படுத்தியது போலவே பீஹாரும் களங்கம் விளைவித்தது என்ற காந்தியின் தீர்ப்பு சரியானதே. வன்முறைக்கு ஏற்பாடு செய்ததில் எந்த ஒரு தனிக் கட்சியின் பங்கையும் கண்டுபிடிக்க முடியவில்லை. பீஹாரின் காங்கிரஸ் அமைச்சரவை விரைந்து செயல்பட்டது. காந்தியும் நேருவும் வன்முறையை நிறுத்த தமது செல்வாக்கைப் பயன்படுத்தினர். இது வேவலின் பாராட்டைப் பெற்றது. காங்கிரசும் லீகும் தேசப் பிரிவினை பற்றி ஒத்துப் போகாவிட்டால் மேலும்

வன்முறை நடக்கும் என்று ஜின்னா வலியுறுத்தினார். ஒருங்கிணைந்த சுதந்திர இந்தியாவில் அவருக்கு ஆர்வம் இல்லை என்பதையே அவரது நடவடிக்கை காட்டியது.

பீஹாரில் உறுதியான நடவடிக்கை எடுத்தும்கூட, 1947 ஜூன் வரை அந்த மாகாணம் இந்தியாவின் மிகப்பெரிய கொலைக்களமாக விளங்கியது. சுமார் 20,000 முஸ்லீம்கள் கொல்லப்பட்டதாகக் கணிக்கப்பட்டது. இது, வங்காளம் மற்றும் பீஹாரில் நிர்வாகத்தின் திறமை பற்றிய கேள்விகளை எழுப்பியது. மாவட்ட அதிகாரிகள் கவனமாக இருப்பதற்குப் போதுமான அளவு எச்சரிக்கை கொடுக்கப்பட்டது என்று வேவல் குறிப்பிட்டார் பிரச்சினை வெடித்தபோது நடவடிக்கைகள் தீர்க்கமாக இல்லை.

நிர்வாகப் பிரச்சினை பற்றிய இன்னொரு அம்சமும் இருக்கிறது. பீஹாரின் மக்கள் தொகை 4 கோடி. ஆனால் 45 இலட்சம் மக்கள்தொகை கொண்ட சிந்து மாகாணத்துக்கான அளவு நிதிதான் பீஹாருக்கு ஒதுக்கப்பட்டது. சிந்து போலப் பத்து மடங்கு மக்கள் தொகை கொண்டது பீஹார்; ஆனால் சிந்துவில் இருந்ததைவிட சுமார் ஐம்பது சதவீதம் அதிகமான காவல்துறைதான் இருந்தது. உள்நாட்டுப் பாதுகாப்புக்கான துருப்புகள் – சுமார் மூன்று பட்டாலியன்கள் – கல்கத்தாவில் இருந்தன. இது, 10 கோடிக்கும் அதிகமான மக்கள் தொகையைக் கொண்ட பீஹார், வங்காளம், அஸ்ஸாம் மற்றும் ஒரிஸ்ஸாவில் பயன்படுத்துவதற்காக. பாதிக்கப்பட்ட பகுதிகளில் சில சாலை வழியாக அணுக இயலாதவை. சில வேளைகளில் சம்பந்தப்பட்ட அதிகாரிகள் தமது மேலதிகாரிகளுக்கு உடனடியாகத் தகவல் அனுப்பத் தவறிவிட்டனர். சில அதிகாரிகளுக்கு வகுப்புவாத அனுதாபம் இருந்தது. வன்முறையின் தீவிரத்துக்கு ஏற்ப காவல் துறையினர் மற்றும் ஆயுதப்படையினரின் எண்ணிக்கையை அதிகப்படுத்த முடியவில்லை.

இராணுவ உதவி இல்லாமல் வகுப்புவாத வன்முறையை அடக்க நிர்வாகம் திறமையற்று இருந்தது; அத்துடன் நம்பத்தகாததாகவும் இருந்தது; நிர்வாகம் பலவீனமானது அல்லது செயலிழந்து விட்டது என்பது நாளுக்கு நாள் அப்பட்டமாகியது; இரு வகுப்பினருக்கும் நடத்தப்பட்ட

கொடுமைகள் பற்றிய செய்திகள் பரவியதால், வகுப்புவாத உணர்வுகள் வளர்ந்தன; இவற்றால் 1946 இறுதி வாக்கில் தேசப்பிரிவினை தவிர்க்க இயலாதது என்று தோன்றியது. காங்கிரசும் பிரிட்டிஷ்காரர்களும் தேசப் பிரிவினையைத் தவிர்க்க இயலும் என்று இப்போதும் நம்பிக் கொண்டிருந் தனர்; எனினும், அரசமைப்பு திசையின் நிகழ்வுகள் தேசப் பிரிவினை தவிர்க்க இயலாதது என்பதை உறுதிப்படுத்தின.

10

தேசப் பிரிவினைக்குப் பீடிகை: 1946 நவம்பர் முதல் 1947 பிப்ரவரி வரை

இடைக்கால அரசின் தோல்வி

1946 நவம்பர் முதல் 1947 பிப்ரவரி வரை இடைக்கால அரசு பற்றிய முஸ்லீம் லீகின் கண்ணோட்டம், இறையாண்மை கொண்ட பாகிஸ்தானை உருவாக்கும் அதன் நோக்கத்தையே காட்டுகிறது: பஞ்சாபின் யூனியனிஸ்ட் அமைச்சரவையை வலுக்கட்டாயமாகத் தூக்கி எறிய முயற்சித்தது; அரசமைப்புப் பேரவையில் நுழைய மறுத்தது; 1946 மே 16 தேதியிட்ட அமைச்சரவைத் தூதுக்குழுத் திட்டத்தை ஏற்க மறுத்தது – இப்படிப்பல. இந்த மாதங்களில் லீக் தனது குறிக்கோளை அடைந்து விடும் என்பதும் தெளிவாகியது. அரசமைப்புப் பேரவைக்குள் லீகைக் கொண்டு வருவதற்காக பிரிட்டிஷ் காரர்கள் வேண்டுமட்டும் வளைந்து கொடுத்ததும், சலுகை களைக் கொடுத்ததும், லீக் வன்முறையைத் தூண்டிவிட்ட தைக் கண்டு கொள்ளாமல் விட்டதும் இதையே காட்டு கின்றன. இந்தியாவுக்கு விரைவிலேயே விடுதலை பெற்று விடலாம் என்று நம்பியதால் லீக்குக்கும் பிரிட்டிஷ்காரர் களுக்கும் காங்கிரஸ் விட்டுக் கொடுக்கத் தொடங்கியது. இடைக்கால அரசில் இருந்த காரணத்தால் அது ஏராளமான பேரங்களில் ஈடுபட்டது. இந்தப் பேச்சுகளில் ஜின்னா மட்டும்தான் தாம் எங்கே போய்க் கொண்டிருக்கிறோம் என்று அறிந்திருந்ததாகத் தோன்றுகிறது. லீகுக்கும் காங்கிரசுக்கும் மத்தியஸ்தம் செய்யும் பணியில் இருந்த பிரிட்டிஷ்காரர்கள், தமது பழைய வாக்குறுதிகளை விரைவாகத் தூரப் போட்டுவிட்டு, தேசப்பிரிவினையைத்

தவிர்த்துவிடலாம் என்ற நம்பிக்கையில் புதிய வாக்குறுதிகளை வழங்கிக் கொண்டிருந்தனர். தேசப்பிரிவினையைத் தவிர்க்க இயலாவிட்டாலும், அதிகாரக் கைமாற்றம் பற்றிய தீர்வுகளில் தமது இராணுவ மற்றும் பொருளாதார நலன்களாவது பாது காக்கப்படும் என்று நம்பினர்.

இடைக்கால அரசு வெற்றி பெற வேண்டும் என்று லீக் எப்போதுமே நினைக்கவில்லை; எனென்றால் அந்த வெற்றி பாகிஸ்தான் கோரிக்கையைப் பலவீனப்படுத்தும். இரண்டு கட்சிகளின் பிரதிநிதிகளைக் கொண்டது என்ற அளவுக்கு மட்டுமே அவர்கள் அதை ஒரு கூட்டணியாகக் கருதினார்கள், முழுமையான பொருளில் அது ஒரு இணைப்பு என்று கருதவில்லை. ஜின்னா அதை ஒரு கூட்டணி என்று கருதவில்லை; இரு பிரிவினர் கொண்ட அரசு என்று மட்டுமே கருதினார். அமைச்சரவைக் கூட்டத்துக்கு முன்பு ஒவ்வொரு கட்சியும் தனித்தனியே சந்தித்த வகையிலும், ஒன்றுக்கொன்று எதிராகச் செயல்பட்ட விதத்திலும், உண்மையிலேயே இடைக்கால அரசு தனித்தன்மை வாய்ந்ததாகவே இருந்தது. இப்படிச் செயல்பட்டதற்கு வேவல் அவர்களைத் தடை செய்யவில்லை. ஏனென்றால், வேவல் இரு கட்சிகளைச் சேர்ந்தவர்களைத் தனித்தனியாகவே பார்த்தார்; லீகின் நடவடிக்கைகளுக்கெதிரான காங்கிரஸ் குற்றச்சாட்டுகளை, நேருவை உண்மையான பிரதமராக லீக் அங்கீகரிக்கவில்லை என்பதால் ஏற்பட்ட உட்பகையின் விளைவு என்று கருதினார். காங்கிரஸைப் போலல்லாமல், அரசப்பிரதிநிதி தமது விசேஷ அதிகாரங்களைத் தக்கவைத்துக் கொள்ள வேண்டும் என்று லீக் விரும்பியது. இரு கட்சிகளுக்கும் இந்த விஷயத்தில் இருந்த கருத்து வேறுபாடு கண்டு பிரிட்டிஷ்காரர்கள் அகமகிழ்ந்தனர்.

மாகாண விஷயங்களில், அதுவும் முஸ்லீம் பெரும் பான்மை மாகாண விஷயங்களில் இடைக்கால அரசு 'தலையிடுவது', முஸ்லீம் லீகை மேலும் அன்னியப்படுத்தும்; அவர்கள் அரசாங்கத்திலும் அரசமைப்பு அவையிலும் சேருவதற்கான வாய்ப்பை மேலும் குறைக்கும் என்று பிரிட்டிஷ்காரர்கள் நம்பினார்கள். எனவே, வங்காளம் மற்றும் பீஹார் கலவரங்கள் பற்றி அமைச்சரவை விவாதிக்க வேவல்

அனுமதிக்கவில்லை; அவை மாகாண விவகாரங்கள் என்றார். சிந்து சட்டசபையில் பெரும்பான்மை பலத்தை இழந்த லீக் அரசு, 1946 நவம்பரில் புதிய தேர்தல் நடக்கும் வரை பதவியில் இருக்க அனுமதிக்கப்பட்டது; முஸ்லீம் பெரும்பான்மை மாகாணத்தில் காங்கிரஸ் அரசு வருவதை ஜின்னா விரும்ப மாட்டார் என்பதால், பெரும்பான்மையைக் கொண்ட காங்கிரசை அரசமைப்பு முறைப்படி ஆட்சி அமைக்க அழைக்கவில்லை. பழங்குடியினர் நலவாழ்வுத் துறைக்குப் பொறுப்பேற்றிருந்த நேரு, வடமேற்கு எல்லைப்புற மாகாணத்துக்குச் சென்றபோது லீக் ஆர்ப்பாட்டங்களை ஏற்பாடு செய்தது; ஆளுநர் ஸர் ஒலாப் கரோ, லீகைக் கட்டுப்படுத்த எந்த முயற்சியும் எடுக்கவில்லை. அப்படி முயற்சித்தால் கிளர்ச்சி ஏற்படலாம் என்று காரணம் காட்டினார்!

இப்படியாக, லீகுடன் பணியாற்றுவது காங்கிரசுக்குக் கடினமாக இருந்தது. மாகாண விஷயங்களில் இடைக்கால அரசு 'தலையிடுவதைத் தடுப்பதற்காக அரசமைப்புக் கட்டுப் பாடுகளை வேவல் சரளமாகப் பயன்படுத்த, வங்காளத்தில் வகுப்புவாத வன்முறை பரவ, காங்கிரஸ் தன் நிலமையை எண்ணி வருத்தமுற்றது, மனமுடைந்தது. வகுப்புவாத வன்முறையை அடக்க எதுவும் செய்ய முடியாத நிலையில், இடைக்கால அரசில் இருப்பதால் ஏதாவது பயன் இருக்கிறதா என்று நேரு சிந்தித்தார்.

லீக் அரசமைப்புப் பேரவைக்கு வெளியில் இருக்கிறது

அரசமைப்புப் பேரவைக்குள் நுழையுமாறு லீகைத் தாஜா செய்யும் மற்றுமொரு முயற்சியாக, தொழிற்கட்சி அரசு, 1946 டிசம்பரில் காங்கிரஸ், லீக் மற்றும் சீக்கியர்களின் பிரதிநிதி களைப் புதிய பேச்சு வார்த்தைக்காக இலண்டனுக்கு அழைத்தது. அதே சமயம் டிசம்பர் 6 தேதியிட்ட அறிக்கையில் அமைச்சரவைத் தூதுக்குழுவின் திட்டத்தில் வகுப்புவாரிப் பிரிவினை பற்றிய அம்சங்கள் லீகைத் திருப்திப்படுத்தும் விதத்தில் பொருள் கொள்ளப்பட வேண்டும் என்று பிரிட்டிஷ்காரர்கள் தெளிவுறுத்தினார்கள் — அதாவது இது பற்றி, மாகாணங்களில் சாதாரணப் பெரும்பான்மை

வாயிலாக முடிவு எடுக்கப்பட வேண்டும். மே 16 அன்று லீகுக்கு அளிக்கப்பட்ட வாக்குறுதி பற்றி இப்போதுதான் காங்கிரசுக்குத் தெரிவிக்கப்பட்டது. இவ்வளவு காலமும் இது தமக்கு அறிவிக்கப்படாமல் இருந்ததற்கு அவர்கள் ஆட்சேபம் தெரிவித்தனர். டிசம்பர் 6 அறிக்கையை ஏற்றுக் கொள்ளுமாறு பிரிட்டிஷ்காரர்கள் காங்கிரசைக் கேட்டுக் கொண்டனர்; இதனால், லீக் ஒருவேளை தனது போக்கை மறுபரிசீலனை செய்யலாம்; அரசமைப்புப் பேரவையில் சேரலாம் என்றனர்.

ஜின்னாவின் நோக்கங்களை பிரிட்டிஷ்காரர்கள் மீண்டும் தவறாகப் புரிந்து கொண்டனர். டிசம்பர் 6 அறிக்கை, அரசமைப்புப் பேரவைக்கு வெளியில் இருக்க லீகுக்குத் தூண்டுதலாக இருந்தது. பிரிட்டிஷ்காரர்கள் பாகிஸ்தானைத் தமக்குப் பரிசளிப்பதை ஜின்னா கண்டார்; ஆனால் அமைச்சரவைத் தூதுக்குழு மே 16 அன்று பரிந்துரைத்தபடி அரசமைப்புச்சட்டம் உருவாகும் என்ற உத்தரவாதத்தை அவர் வலியுறுத்தினார். அந்த உத்தரவாதத்தை பிரிட்டிஷ்காரர்கள் நடைமுறைப்படுத்த வேண்டும். அதாவது பாகிஸ்தான் உருவாவதை பிரிட்டிஷ்காரர்கள் மேற்பார்வை செய்ய வேண்டும். பாகிஸ்தான் பிரிக்கப்படுவதற்குப் பொறுப்பேற்க விரும்பாத பிரிட்டிஷ்காரர்கள் ஜின்னாவுக்கு இணங்கவில்லை. எனவே லீக் அரசமைப்புப் பேரவைக்குள் நுழையவில்லை.

1946 டிசம்பர் 9 அன்று, லீக் இல்லாமல், வகுப்புவாத வன்முறை இல்லாமல், அரசமைப்புப் பேரவை துவங்கியது. அரசமைப்புப் பேரவைக்குள் நுழைய லீக் மறுத்தது, இறையாண்மை கொண்ட பாகிஸ்தான் கோரிக்கையை விட மாட்டோம் என்றுதான் பொருள்படுகிறது என்று பிரிட்டிஷ்காரர்கள் புரிந்து கொண்டார்கள். அந்த ஆண்டின் துவக்கத்தில் வேவல் பரிந்துரை செய்தபடி, இந்தியாவை விட்டு வெளியேறுவதற்கான அறிக்கை விடுவது பற்றி தொழிற்கட்சி அமைச்சரவை சிந்தித்தது. ஆனால் அரசப் பிரதிநிதி போல தாமும் தோல்வியை ஒத்துக் கொண்டதாகத் தோன்றாமல், இந்திய மக்களின் பிரதிநிதிகளுக்கு அதிகாரக் கைமாற்றம் செய்து பிரிட்டிஷ் ஆட்சியை முடிவுக்குக் கொண்டு வந்ததாக நல்ல பெயர் சம்பாதிக்க விரும்பினர்.

பஞ்சாபில் நேரடி நடவடிக்கை

லீகின் நோக்கங்கள் என்னவென்பது பஞ்சாபில் தெளிவானது. 1946 அக்டோபர் முதல் பஞ்சாபில் வகுப்புவாத நிலை மோசமாகி வந்தது. 1947 ஜனவரி 24 அன்று புதிய ஆளுநர் ஸர் இவான் ஜென்கின்ஸ் ஒப்புதலோடு, ஆர்.எஸ்.எஸ்-ஐயும் முஸ்லீம் லீகின் தேசியப் பாதுகாப்புப் படையையும் தடை செய்யும் அவசர ஆணையை கிஸர் பிறப்பித்தார். தடையையும், லீகினர் கைது செய்யப்பட்டதையும் கண்டு ஜின்னா அதிர்ச்சி தெரிவித்தார். முஸ்லீம் லீக் இதை ஆத்திரமூட்டும் செயல் என்று கண்டனம் செய்து பஞ்சாப் முழுவதும் ஆர்ப்பாட்டங்களுக்கு ஏற்பாடு செய்தது. தடை உத்தரவு ஜனவரி 27 அன்று திரும்பப் பெறப்பட்டது. ஆனால் யூனியனிஸ்ட் அரசாங்கத்துக்கு எதிராக கடையடைப்புகள், பொதுக்கூட்டங்கள், ஊர்வலங்கள் ஏற்பாடு செய்யப்பட்டன. ஜின்னா போராட்டத்துக்கு ஆசி வழங்கினார்; லீகின் பலப் பரிட்சையினால் யூனியனிஸ்ட் அரசு கவிழும் என்று எதிர் பார்த்தார். 1946 பொதுத் தேர்தலில் பெரும்பான்மை வாக்குகள் பெற்றிருந்தும் அமைச்சரவை அமைக்க முடியாமல் போனதுதான் லீகின் முக்கிய மனக்குறை என்று ஜென்கின்ஸ் நினைத்தார்.

பஞ்சாபில் நிகழ்த்தப்பட்ட ஆர்ப்பாட்டங்களுக்காக லீகை வேவல் கண்டனம் செய்யவில்லை. பிரிட்டிஷ்காரர்களுக்கு என்ன செய்வதென்றே தெரியவில்லை. தூதுக்குழுத் திட்டத்தை செயல்படுத்தினால், முஸ்லீம் லீகை இடைக்கால அரசிலிருந்து வெளியேற்றுவதற்கான காங்கிரசின் கோரிக்கையை ஏற்றுக் கொண்டதாக ஆகிவிடும். ஆனால் லீகுக்கு எதிராக காங்கிரசுடன் ஒத்துப்போகும் அவலநிலை உருவாகும். முன்னதாக காங்கிரஸ் மட்டுமே இருந்த அரசமைப்புப் பேரவை செல்லத் தக்கது என்று ஏற்றுக் கொண்ட அமைச்சரவை, இப்போது லீக் இல்லாத அரசமைப்புப் பேரவை தூதுக்குழுத் திட்டத்தின்படியானது அல்ல என்று வாதிட்டது. என்றாலும் அரசமைப்புப் பேரவையை ஒட்டு மொத்தமாக நிராகரிப்பது நடைமுறை அரசியலுக்கு ஒத்து வராது; ஏனென்றால் ஒரு ஆண்டு காலமாக பிரிட்டிஷ்காரர்கள் தவிர்க்க விரும்பிய சட்டமறுப்பு இயக்கத்தைக்

காங்கிரஸ் தொடங்கக்கூடும். அது காங்கிரஸ்-பிரிட்டிஷார் மோதலாக ஆகும்.

பிரிட்டிஷார் வெளியேறும் அறிவிப்பு: 1947 பிப்ரவரி 20 அறிக்கை

தூதுக்குழுத் திட்டத்துக்கும் பிரிட்டிஷ்காரர்களுக்கும் லீக் தீவிரமாக எதிர்ப்புக்காட்டவே, அரசியல் நிலைகுலைவு ஏற்படும் வாய்ப்பு பெரிதாகத் தெரிந்தது. ஒரே ஒரு காய்தான் நகர்த்தப்பட வேண்டியிருந்தது. சூழ்நிலையை இந்தியக் கட்சி களுக்குப் புரியவைக்கும் கடைசி முயற்சியாக, இந்தியாவை விட்டு வெளியேறுவது பற்றிய அறிக்கை விடுவது என்று பிப்ரவரி 5ஆம் நாள் பிரிட்டிஷ் அமைச்சரவை தீர்மானித்தது. தோல்வி மனப்பான்மை கொண்ட வேவல் தில்லியில் அரசப் பிரதிநிதியாக இருக்கத் தகுந்தவர் அல்ல; அவருக்குப் பதிலாக தொலைநோக்குக் கொண்ட மவுண்ட் பேட்டன் பிரபுவை 1947 மார்ச்சில் அரசப்பிரதிநிதி ஆக்குவது என்று தீர்மானித்தது.

கடைசியாகப் பார்த்தால், மவுண்ட்பேட்டன், வேவலின் கருத்துக்களைப் பகிர்ந்து கொண்டார். தமது நியமனம் பற்றி அட்லியுடன் பிப்ரவரி 11 அன்று பேசும்போது, பிரிட்டிஷ் காரர்கள் இந்தியாவைவிட்டு வெளியேறுவதற்கு இறுதி நாளைக் குறிக்க வேண்டும் என்று மவுண்ட்பேட்டன் வலியுறுத்தினார். ஒரு காலக்கெடு விதிக்கப்பட்டாலொழிய, எந்த அறிவிப்பும் பயனுள்ளதாக இருக்காது என்று இரண்டு நாட்களுக்குப் பிறகு அமைச்சரவையுடன் பேசும்போது அட்லி குறிப்பிட்டார். ஆகமொத்தத்தில், வேவலுடைய எந்தக் கருத்துக்காக அவரை பிரிட்டிஷ் அரசு பதவி விலக்கம் செய்ததோ, அதே கருத்தை ஏற்று, மவுண்ட்பேட்டன் அதைச் செயல்படுத்த வேண்டும் என்று எதிர்பார்த்தது!

அதிகாரத்தை இந்தியர்களின் கைக்கு மாற்றப் போவதற் கான தேதியை பிரிட்டிஷ்காரர்கள் முதல் முறையாக 1947 பிப்ரவரி 20 அன்று அறிவித்தனர். 1948 ஜூன் 30 என்று இந்தத் தேதி குறிக்கப்பட்டது. அதற்குள் இந்திய அரசியல் கட்சிகள் அரசமைப்புச் சட்டத்தை இயற்றி விடுவார்கள் என்று இந்த அறிக்கை நம்பிக்கை தெரிவித்தது. இல்லை எனில், எவருக்கு

மைய அரசின் அதிகாரங்கள் வழங்கப்பட வேண்டும் என்று பிரிட்டிஷ் அரசு சிந்திக்கும்; ஏதோவொரு புதிய வடிவத்தி லான மைய அரசுக்கு, அல்லது சில இடங்களில் பொறுப்பில் இருக்கும் மாகாண அரசுகளுக்கு; அல்லது இந்திய மக்களின் நலனுக்கு உகந்தது என்று தோன்றுகிற எதாவது ஒரு சரியான வழியில் அதிகாரங்கள் வழங்கப்படும்.

அரசியல் நிலைகுலைவு ஏற்படும் வாய்ப்பு பெரிதாகத் தெரிந்ததால், இந்தியாவை விட்டு வெளியேறுவதற்கான தந்திரத்தை 1947 பிப்ரவரி 20 அறிக்கை பிரிட்டிஷ்காரர்களுக்கு அளித்தது. இந்திய அரசியல் கட்சிகள் தாமே அதிகாரத்தைக் கைப்பற்றிக் கொள்வதைத் தடுக்கும் நிலையில் பிரிட்டிஷ் காரர்கள் இல்லை என்பதையோ, 1948 ஜூன் மாதத்திற்குப் பிறகு இந்தியாவைத் தொடர்ந்து ஆட்சி செய்யும் நிலையில் பிரிட்டன் இல்லை என்பதையோ காட்டி விடக்கூடிய வகையில் எதுவும் சொல்லக் கூடாது என்பதில் வேவலும் அமைச்சரவையும் மார்ச் 24 அன்று கருத்தொருமித்தனர். ஆக, பின்னால் ஏற்படக்கூடிய வகுப்புவாத வன்முறைச் சம்பவங்களுக்கும், சட்டம் ஒழுங்கு சீர்குலைவுக்கும் பிரிட்டிஷ்காரர்கள் பொறுப்பேற்க மாட்டார்கள்; பிரிட்டிஷ் எதிர்ப்பு இயக்கம்தான் அவர்களுக்கு மிகப்பெரிய ஆபத்து; இதனால் பிரிட்டிஷ்காரர்கள் கொல்லப்படலாம்; தாம் விரும்பிய விதத்தில், விரும்பிய வேளையில் தாமாகவே இந்தியாவை விட்டு வெளியேறுவதற்குப் பதிலாக, அப்படி ஒரு நிலை ஏற்பட்டால் அவர்களை அவசர அவசரமாக வெளியேற வேண்டியிருக்கும். நிலைமை தமது கட்டுப் பாட்டை மீறுவதற்கு முன் பிரிட்டிஷ்காரர்கள் தப்ப விரும்பினார்கள் என்பது தெளிவாகிறது.

லீகை அரசமைப்புப் பேரவைக்கு வரவைக்கும் மற்றும் ஒரு முயற்சி என்ற வகையில், 1947 பிப்ரவரி 20 அறிக்கை ஒரு குறிப்பிடத்தக்க தோல்வி. ஏற்கெனவே இருந்த அரசமைப்புப் பேரவை இறந்துவிட்ட ஒன்று; எனவே இறையாண்மை கொண்ட இரு நாடுகளுக்கும் அதிகாரக் கைமாற்றம் செய்ய வேண்டும் என்று லீக் கோரியது. பஞ்சாபில் லீக் புதியதொரு நேரடி நடவடிக்கை இயக்கத்தைத் தொடங்கியது — இரயில் நிறுத்தம், பொது இடங்களில் இருந்த யூனியன் ஜாக் மற்றும்

காங்கிரஸ் கொடிகளைக் கீழே தள்ளுதல், வன்முறையைப் பயன்படுத்துதல் முதலியவை இதில் அடங்கும். வன்முறையை முடிவுக்குக்கொண்டு வருவதற்காக மாகாண லீகினருடன் ஒரு உடன்படிக்கைக்கு வர கிஸர் முயற்சித்தார். இதற்கான நிபந்தனைகளை அநேகமாக ஜின்னா நிர்ணயித்தார். முஸ்லீம் லீக் தேசியப் பாதுகாப்புப்படை போன்ற தனிப்பட்ட இராணுவங்கள் வைத்துக்கொள்ள உரிமை வழங்கப்பட்டது. ஆனால் ஆயுதங்கள் ஏந்துவது, சீருடை அணிவது ஆகியவற்றின் மீதான தடை நீட்டிக்கப்பட்டது.

வடமேற்கு எல்லைப்புற மாகாணம், அஸ்ஸாம் மற்றும் வங்காளத்திலும் லீக் நேரடி நடவடிக்கையைத் தொடங்கியது. பஞ்சாபில், பாகிஸ்தானின் இயல்பு பற்றிய இந்துக்கள் மற்றும் சீக்கியர்களின் அச்சத்தைப் போக்க அது எந்த முயற்சியும் செய்யவில்லை. ஏனென்றால் அது பலத்தைப் பிரயோகிக்க உத்தேசித்திருந்தது. மையத்திலோ, மாகாணங்களிலோ எந்தக் கட்சியுடனும் சமாதானம் செய்துகொள்ள 1947 பிப்ரவரி 20 அறிக்கை, லீகுக்கு எந்த உந்துதலையும் தரவில்லை. இந்த மாகாணங்களை பலத்தினால் கைப்பற்றினால், பாகிஸ்தான் பெற லீக் உரிமை பெற்றுவிடும். லீக் பஞ்சாபில் அதிகாரத்தைக் கைப்பற்றினால் அது முஸ்லீம்களை அமைதிப்படுத்தும் என்பது பெதிக்-லாரன்ஸ் கொண்டிருந்த கடைசி நம்பிக்கை. உண்மையில் லீகின் வளைந்துகொடாத போக்கை பிரிட்டிஷ்காரர்கள் கண்டு கொள்ளவே இல்லை. இதற்குக் காரணங்கள் பல: காங்கிரஸ்-லீக் கருத்து வேறுபாட்டை அவர்கள் வரவேற்றார்கள்; காங்கிரஸ் மற்ற எல்லாரையும் ஆதிக்கம் செலுத்திவிடும்; ஜின்னா முஸ்லீம்களுக்கு நியாயம் கோரினார்; ஒரே ஒரு கட்சிக்கு அதிகாரக் கைமாற்றம் செய்யமுடியாது; இப்படியெல்லாம் அவர்கள் நம்ப விரும்பினார்கள். ஒருங்கிணைந்த இந்தியாவுக்கு அதிகாரக் கைமாற்றம் செய்வது அவர்கள் நலத்துக்கு உகந்தது. பிப்ரவரி 20 அறிக்கையில் இந்தியாவை விட்டு வெளியேறுவதற்கான காலக்கெடு குறிப்பிட்டது, லீக்-காங்கிரஸ் இடையே உடன்பாடு ஏற்படுத்துவதற்குப் பதிலாக, வன்முறை வழியில் பாகிஸ்தானை உருவாக்கும் லீகின் முயற்சிக்குப் பச்சைக்கொடி காட்டியது.

11

பிரிவினை செய்து வெளியேறுதல்

கிஸருடன் ஏற்பட்ட உடன்படிக்கையைத் தொடர்ந்து, மார்ச் 2ஆம் தேதியை லீக் 'வெற்றி நாள்' எனக் கொண்டாடியது. அதே நாளில், பிப்ரவரி 20 அறிக்கை மைய மற்றும் மாகாண நிர்வாகங்களுக்கிடையே இருந்த எல்லைக் கோட்டை மறைத்து விட்டது என்று எண்ணியதால், கிஸர் பதவி துறந்தார். எனவே, ஏனைய கட்சிகளுடன் லீக் ஒரு உடன் படிக்கைக்கு வர உதவியாக மைதானத்தைக் காலிசெய்வது நல்லது என்று கருதினார். பஞ்சாபில் வகுப்புவாதத்திலிருந்து பாதுகாக்க, லீக் உள்ளடங்கிய ஒரு கூட்டணி தேவைப் பட்டது. ஆனால் ஒருபுறத்தில் லீகும், மறுபுறத்தில் இந்துக்கள் மற்றும் சீக்கியர்களைக் கொண்ட மைய நிலையில் யூனியனிஸ்டுகள் இருக்கும் வரை, லீக் சிறுபான்மையினருடன் பேச்சுவார்த்தை நடத்தாது. சமயக்கலப்பு கொண்ட மாகாண அரசியலின் மிகப்பெரிய கோட்டைகளில் ஒன்று, மையத்தில் லீக் கொண்டிருந்த அரசியல் செல்வாக்குக்கு சரணடைந்ததன் அடையாளமாகவே கிஸர் பதவி துறப்பு அமைந்தது.

கிஸர் பதவியைத் துறந்தது முஸ்லீம் அல்லாத அவரது சகாக்களை உலுக்கியது. முஸ்லீம் லீக் அரசுடன் ஒத்துழைக்க மாட்டோம் என்று அவர்கள் அறிவித்தனர். அவர்களது போக்கு புரிந்து கொள்ளக்கூடியதுதான். ஏனென்றால், பாகிஸ்தான் எப்படி இருக்கும், பாகிஸ்தான் கோரிக்கைக்கு ஆதரவு அளித்தால் சிறுபான்மையினருக்கு என்ன கிடைக்கும் என்பது பற்றி லீக் எந்த சங்கேதமும் காட்டியதில்லை. மேலும், மக்கள் ஆதரவு கொண்ட ஒரு அரசாங்கத்தை, பலாத்காரத் தினால் கவிழ்த்து லீக் ஒரு மோசமான முன்மாதிரியை ஏற்படுத்தி இருந்தது. பிப்ரவரி 20 அறிக்கைக்குப் பிறகு எந்த

முறையிலும் பஞ்சாபைக் கைப்பற்றுவோம் என்று பல்வேறு வழிகளில் லீக் தெரியப்படுத்தியிருந்தது.

இதற்கிடையில் மாகாண லீக் தலைவர் மம்தோத் நவாப் அரசமைக்க இயலாமல் இருந்தார். ஆளுநர் இவான்ஸ் ஜென்கின்ஸ், லீகை அரசமைக்க அனுமதிக்கத் தயங்கினார். சட்டசபையில் தேவைப்பட்ட ஆதரவு இருப்பதாக மம்தோத் நிருபிக்க இயலாதிருந்தது ஒரு காரணம். அத்துடன் பஞ்சாபின் பல்வேறு மாவட்டங்களில் லீக் பெயரால் முஸ்லீம் அல்லாதவர்கள் மீது தாக்குதல் நடந்ததாக அறிக்கைகள் இருந்தன. ராவல்பிண்டி கோட்டத்திலும், முல்தான் மாவட்டத்திலும், பிரிட்டிஷ் இந்தியாவில் அதுவரை நடந்திராத அளவில் கலகம் வெடித்தது. இந்துக்கள் மற்றும் சீக்கியர்களைப் பூண்டோடு அழிக்கும் வகையில் முஸ்லீம் அல்லாதவர்களைக் குறிவைத்து இந்த வன்முறை திட்டமிடப்பட்டது; வன்முறையை நிறுத்த எதுவும் செய்யாமல் காவல்துறையினர் வேடிக்கை பார்த்துக் கொண்டிருந்ததை அட்லியின் நண்பர் ஒருவர் உட்பட, காங்கிரஸ் மற்றும் பிரிட்டிஷ் நோக்கர்கள் கண்டனர்.

சட்டம் ஒழுங்கைப் பாதுகாக்கும் முயற்சியில் அதிகாரிகள் முஸ்லீம்களைத் துன்புறுத்துகிறார்கள் என்று ஜின்னாவும் லியாகத் அலி கானும் குற்றம் சாட்டினார்கள். மாகாண லீகினர் கண்டும் காணமலும் இருந்தனர்; ஜென்கின்ஸ் இதனால் ஆத்திரமடைந்தார். அவர்கள் பெயரில் காட்டுமிராண்டித்தனமான படுகொலைகள் நடந்திருந்ததை அவர்களிடம் கடுமையாகத் தெரிவித்தார். அவர்களை அரசமைக்க விட மாட்டேன் — குறிப்பாக மம்தோத் அமைச்சரவை அமைக்க இயலாதிருப்பதால் அவர்களை அரசமைக்க அனுமதிக்க இயலாது என்றார். முஸ்லீம் லீகின் மையத் தலைமையின் கீழ் இருந்த முஸ்லீம் லீக் தேசியப் பாதுகாப்புப்படைதான் முக்கியக் குற்றவாளி என்று அவர் கருதினார்.

ஜென்கின்ஸ் நினைத்தது சரியாக இருந்தால், லீக் சாதிக்க நினைத்தது என்ன என்பது கேள்வி. தொடக்கத்தில், கிஸர் அமைச்சரவையைக் கவிழ்ப்பதே கலகத்தின் நோக்கமாக இருந்தது. அநேகமாக பிப்ரவரி 20 அறிக்கையின் கீழ்

மாகாணம் முழுவதையும் 1948 ஜூன் மாதத்துக்குள் கைப்பற்ற வேண்டும் என்று லீக் நினைத்திருக்கலாம்; பலாத்காரத்தினால் பஞ்சாபைத் தக்கவைத்துக் கொள்ளலாம் என்று ஒருவேளை லீக் நம்பி இருக்கலாம். லீகின் பெயரில் செயல்பட்ட முஸ்லீம்கள்தான் ஆக்கிரமிப்பாளர்கள் என்று பிரிட்டிஷ் அரசாங்கத்திடம் ஜென்கின்ஸ் தெரிவித்தார். 1947 ஜூன் 3 வரை நடந்த இந்த முன்னேற்பாடு செய்யப்பட்ட வன்முறையின் நோக்கங்களில், நிர்வாகத்தின் பெயரைக் கெடுப்பதும் ஒரு நோக்கம் என்று ஜென்கின்ஸ் நம்பினார்.

இருந்தாலும் பஞ்சாபில் ஒரு லீக் அமைச்சரவை இருக்க வேண்டும் என்று ஜின்னா கேட்டு வந்தார். ஜென்கின்ஸ் கருத்துப்படி, எந்த வகுப்பு அமைச்சரவையும் — முஸ்லீம்களைக் கொண்டதானாலும் முஸ்லீம் அல்லாதவர்களைக் கொண்டதானாலும் — பஞ்சாபில் வெற்றிகரமாக இயங்க முடியாது. மக்களில் பெரும் பகுதியினர் சட்டமன்றப் பெரும்பான்மையை அங்கீகரிக்க மறுத்துவிட்டனர்; அங்கு ஒரு புரட்சிச் சூழல் நிலவியது. சாதாரணமாகப் பொருள் கொள்ளக்கூடிய முறையில் அரசமைப்புப்படியான அரசு ஏற்படுவது அங்கே சாத்தியமில்லை. சீக்கியர்களுடன் சமாதானம் செய்து கொள்ள லீக் எந்த முயற்சியும் மேற் கொள்ள வில்லை. தாம் பஞ்சாப் முழுவதையும் ஆட்சி செய்ய உரிமை உள்ளவர்கள் என்ற மனப்பான்மையுடன் லீக் இருந்தது.

பிரிட்டிஷ்காரர்கள் சட்டம் ஒழுங்கைப் பராமரிக்கச் சக்தியற்று இருந்தார்கள் என்பதை வகுப்புவாத வன்முறை தெளிவாகக் காட்டியது. ஊர்வலங்கள், பொதுக்கூட்டங்கள் மீதான தடை உத்தரவை மீறி, 1947 ஜனவரி-பிப்ரவரியில் லீக் நடத்திய ஆர்ப்பாட்டத்தின்போது லீகினர் மீது நடவடிக்கை எடுக்காதது, பொது ஊழியர்களின் செயலூக்கம் சரிந்து விட்டது என்பதைத் தெள்ளத் தெளிவாக்கியது. தமது வருங்காலத்தைப் பற்றிய கேள்விக் குறியின் கீழ் வாழ்ந்து வந்த பிரிட்டிஷ் அதிகாரிகளோ, உதவி நாடி வந்த மக்களிடம் எதிர்கால ஆட்சியாளர்களாகிய காங்கிரஸ் மற்றும் லீகிடம் போகுமாறு கூறினர்! வகுப்புவாத உணர்வினால் காவல்துறை பாதிக்கப்பட்டிருந்தது என்பதற்கு இரு சான்றுகள் உள்ளன: முதலாவதாக, முஸ்லீம் வகுப்புவாதக் கும்பல் மீது

நடவடிக்கை எடுக்கத் தயங்கியது. அத்துடன், அமிர்தசரசில் ஊழல் கரணமாகப் பதவி நீக்கம் செய்யப்பட்ட காவல் துறையினர் லீகில் சேர்ந்தனர். அரசுப் பணியாளர்கள் என்ன செய்வது, யார் ஆணைக்குக் கீழ்ப்படிவது என்று தெரியாமல் இருந்ததாக 1947 ஜூனில் ஜென்கின்ஸ் எண்ணினார். தமது வருங்கால புதிய எஜமானர்களுக்குக் கீழ்ப்படிந்து அவர் களைத் திருப்திப்படுத்த வேண்டுமா? பிரிட்டிஷ் அதிகாரிகள் இந்தியாவை விட்டு வெளியேற ஏங்கிக்கொண்டிருந்தனர். நிர்வாக இயந்திரம், விரைவாக நொறுங்கத் தொடங்கியது.

எந்த மாகாண அரசும் சந்தித்திராத கடும் பிரச்சினையை 1947 மார்ச் வரை ஜென்கின்ஸ் சந்தித்தார். ஒரே நேரத்தில் இரண்டு இடங்களில் வகுப்புவாத வன்முறை இதற்கு முன் மிக அரிதாகத்தான் நிகழ்ந்திருந்தது. ஒவ்வொரு வன்முறை ஏற்படும் போதும் நிர்வாகம் தனது சக்தியைத் திரட்டி இரும்புக் கரம் கொண்டு அடக்க முடிந்தது.

ஆனால் வன்முறை பரவலாக இருந்தபோது எல்லா இடங்களுக்கும் கூடுதல் பாதுகாப்புப் படையினரை அனுப்புவது சாத்தியமாக இல்லை. ஒவ்வொரு சம்பவம் நடந்த போதும் மாவட்ட அதிகாரிகளும் இராணுவ அதிகாரிகளும் நிலமைக்கேற்பச் செயல்படுமாறு கேட்டுக் கொள்ளப் பட்டனர். மோசமான தகவல் தொடர்பு வசதி கொண்ட கிராமப்புறங்களில் பெருத்த அளவில் நடைபெற்ற கிளர்ச்சி களைச் சமாளிக்க நிர்வாகத்துக்கு போதிய அனுபவம் இருக்க வில்லை. பல கிராமங்களில் நிலவிய சூழ்நிலை தெரிய வரவில்லை. ஏனென்றால் அவை சரியான சாலைகளால் இணைக்கப்படவில்லை. 100 சதுர மைல் பரப்பளவில் இருந்த 100 கிராமங்களுக்கு சராசரி ஒரு காவல் நிலையம் இருந்தது. அதிலும் சுமார் 12 காவலர்கள்தான் இருந்தனர். 1947 மார்ச்சில் சுமார் 20,000 துருப்புக்கள் வன்முறையை அடக்கப் பயன்படுத்தப்பட்டனர். ஏப்ரல் 15 அன்று, தேசப்பிரிவினை சார்ந்த கலவரங்களை அடக்க வேண்டுமென்றால் 60,000 துருப்புக்கள் கூடுதலாகத் தேவை என்று ஜென்கின்ஸ், மவுண்ட்பேட்டனைக் கேட்டார். பிரிட்டிஷ்காரர்கள் இந்தியாவை விட்டு வெளியேற இருக்கிறார்கள் என்ற அதிகாரபூர்வமான அறிவிப்பைத் தொடர்ந்து, ஜூன்

மாதத்தில், இந்தியாவின் பல்வேறு பகுதிகளில் கிளர்ச்சிகள் நடக்கலாம் என்று எதிர்பார்க்கப்படுவதால் பஞ்சாபுக்கு அதிகப்படி துருப்புக்கள் அனுப்பமுடியாது என்று பதில் கிடைத்தது. பஞ்சாபில் இராணுவச் சட்டத்தை அமல் படுத்தலாம் என்ற நேருவின் ஆலோசனையை ஜென்கின்ஸ் நிராகரித்தார். மறைந்திருந்து தாக்கும் சதி வேலைகளுக்கு துருப்புகள் தீர்வாகாது என்று அவர் நேருவிடம் தெரிவித்தார், இராணுவச் சட்டமும் தோல்வியுறும்; காவல் துறையினர் போலவே துருப்புக்களும் வகுப்புவாத வன்முறைக்கு ஆளாவார்கள் என்று அவர் கருதினார்.

வன்முறையைக் கட்டுப்படுத்தும் அளவுக்குத் தம்மிடம் சக்தி இல்லை என்பதை பிரிட்டிஷ்காரர்கள் அறிந்திருந் தார்கள். ஆயுதப்படைகளை உறுதியாகவும் உடனடியாகவும் பயன்படுத்தி வன்முறையை நிறுத்த இயலாத இடங்களில்தான் படுகொலைகள் பரவின என்று 1948 செப்டம்பரில் இது பற்றி நினைவு கூர்கையில் மவுண்ட்பேட்டன் குறிப்பிட்டார். இந்தியாவின் வேறெந்தப் பகுதியையும்விட வகுப்புவாத வெறி பஞ்சாபில் மிக அதிகமாக இருந்தது. பஞ்சாப் அரசு தன்னால் இயன்ற மட்டும் முயன்றது. ஆனால் அனைத்து வகுப் பினரிடமும் பரவி இருந்த பாதுகாப்பற்ற உணர்வை அதனால் நீக்க முடியவில்லை. கிழக்குப் பஞ்சாபில் 1947 மே மாதத் துவக்கத்தில் முஸ்லீம்கள் மீது இந்துக்கள் பதில் தாக்குதல் நடத்த ஆரம்பித்தனர். லாகூர், அமிர்தசரஸ் நகர்களிலும் தீவைப்புச் சம்பவங்கள் பரவின; இரண்டுமே எரிந்து தரை மட்டமாகி விடுமோ என்று ஜூன் 27 அன்று மவுண்ட் பேட்டன் நினைத்தார். நிர்வாகத்தின் பிரச்சினைகள் என்ன என்று பாதிக்கப்பட்டவர்கள் அறியவில்லை. அரசாங்கம் தம்மைக் காப்பாற்றவில்லை என்பதுதான் அவர்களுக்குத் தெளிவாகத் தெரிந்த ஒரே விஷயம். எனவே சட்டத்தை தாமே கைகளில் எடுத்துக் கொள்ள வேண்டும் என்று சாதாரண மக்கள் முடிவு செய்தார்கள். இந்துக்களும் சீக்கியர்களும் தனிப்பட்ட பாதுகாப்புப் படைகளை உருவாக்கியதாக அறிக்கைகள் வந்தன. முஸ்லீம்கள் மீது பழி வாங்குதல் நடக்கலாம் என்று கருதிய மாகாண லீக், முஸ்லீம் மைய கண்காணிப்புக் கமிட்டியை லாகூரில் நிறுவியது. துணைக்

கமிட்டிகள் மாகாணமெங்கும் நிறுவப்பட்டன. தனது சமுதாயத்துக்காக உயிரைப் பணயம் வைக்கத் தயாராக இருக்கக் கூடிய ஜான்பாஜிகள் எனப்படும் தற்கொலைப் படைக்கு ஆட்கள் சேர்க்கப்பட்டனர். அவர்கள் அதிரடிப் படையினராக செயல்பட வேண்டியவர்கள். 1947 மே மாத வாக்கில் எல்லா வகுப்பினருமே தம்மால் இயன்றதைப் பிறருக்கு செய்யத் தயார் நிலையில் இருந்தனர். தனிநபர்கள் நிகழ்த்திய தீவைப்பு, கத்திக்குத்து, குண்டுவெடிப்பு ஆகிய வற்றுக்கு எதிராகக் காவல் துறையினர் எதுவும் செய்ய இயலாதிருந்தனர். உண்மையில், ஏப்ரல் முதல்வார வாக்கில் பெஷாவர், கல்கத்தா, பம்பாய் மற்றும் மத்திய மாகாணத்தால் சூழப்பட்ட வடஇந்தியாவின் பெரும்பகுதியில் தினந்தோறும் கலவரங்கள் நடந்த செய்திகள் வந்த வண்ணமிருந்தன. உள்நாட்டுப் போர் தவிர்க்க இயலாதது என்று தோன்றியது. பிரிட்டிஷ் மன்னரின் படைபலம் முழுவதும் சேர்ந்தாலும், நாடெங்கிலுமுள்ள கிராமங்களில் நிலவிய வகுப்புவாத வன்முறையைத் தண்டிக்க முடியலாமே தவிர அதைத் தவிர்க்க இயலாது என்று அதிகாரக் கைமாற்றத்துக்கு 11 நாட்கள் முன்பாக, ஆகஸ்ட் 4ஆம் நாள் ஜென்கின்ஸ் எழுதினார்.

இடைக்கால அரசில் லீகின் போக்கைக் கண்ட காங்கிரஸ், ஒன்றுபட்ட சுதந்திர இந்தியாவை அடைவது இயலாதது என்று 1947 பிப்ரவரி வாக்கில் மனமுடைந்தது. என்றாலும் பிரிட்டிஷ்காரர்கள் தேசப்பிரிவினைக்கு எதிராக லீகை வழிக்குக் கொண்டு வந்துவிடலாம் என்று நம்பி னார்கள். தமது சொந்த ஆளுமையின் அடிப்படையில் ஆட்சி நடத்தி வந்ததாகத் தெரிவித்த மவுண்ட்பேட்டன், 1947 ஏப்ரல் வாக்கில் பாகிஸ்தான் பற்றிய உடனடி முடிவை அறிவித்தால் அது தானாகவே சுரத்திழந்துவிடும் என்று எண்ணினார். அமைச்சரவைத் தூதுக்குழுத் திட்டத்தைத் தாம் ஏற்றுக் கொள்ள மாட்டோம் என்பதை மட்டும் ஜின்னா வலியுறுத்தினார். பிரிட்டிஷ்காரர்கள் ஒரு அறுவை சிகிச்சை நடத்த வேண்டும், இந்தியாவையும் அதன் இராணுவத்தையும் பாதி பாதியாகப் பிரிக்க வேண்டும் என்று அவர் மவுண்ட் பேட்டனிடம் கூறினார். "என் பங்கை நீங்கள் முழுவதாகக் கொடுத்துவிட்டால், அது எவ்வளவு குறைவானது என்பது

பற்றிக் கவலை இல்லை". என்றார். 'ஜின்னா ஒரு மனநோயாளி: நிர்வாக அறிவும் பொறுப்புணர்வும் சிறிதளவும் இல்லாத ஒருவர் இத்தகைய சக்திவாய்ந்த நிலையை அடைந்து அதைத் தக்கவைத்துக் கொள்ளவும் முடியும் என்பதை இவரைச் சந்திக்கும் வரை நான் நம்பவே இல்லை' என்று மவுண்ட் பேட்டன் கூறியிருக்கிறார்.

இராணுவத்தைப் பிரிக்க வேண்டும் என்று லீக் வலியுறுத்தியது. இந்தியாவைப் பிரிப்பது என்பதில், பிரிட்டிஷ் இந்தியாவின் இராணுவத்தை இந்துஸ்தான் மற்றும் பாகிஸ்தானுக்காகப் பிரிப்பதும் ஒரு அம்சம்தான் என்று ஜின்னா மவுண்ட்பேட்டனிடம் தெரிவித்தார். பஞ்சாப், வங்காளம் இரண்டுமே முழுவதுமாக வேண்டும் என்று லீகினர் விரும்பினார்கள். ஆனால் அது கிடைக்காது என்று மவுண்ட்பேட்டன் கூறியதும், இந்த மாகாணங்களைக் கூறுபோடுவதை அவர்கள் ஆட்சேபிக்கவில்லை.

காங்கிரஸ் தலைவர்கள் வங்காளம், பீஹார் மற்றும் பஞ்சாபில் கலவரங்களால் பாதிக்கப்பட்ட பகுதிகளைப் பார்வையிட்ட போது, ஒன்றை ஒன்று விஞ்சிய அதிர்ச்சி அலைகளை அவர்களுக்கு அளித்தது. இதனால் அவர்கள் தேசப்பிரிவினைக்கு ஒப்புக் கொண்டார்கள். ஒருபாவமும் அறியாதவர்கள் படுகொலை செய்யப்பட்டிருந்தனர்; அனைத்து சமயங்களும் அவமானப்படுத்தப்பட்டிருந்தன. நிலைமை இன்னும் மோசமாகி விடுமோ என்ற அச்சத்தின் காரணமாகவே தேசப்பிரிவினையை ஏற்றுக் கொள்ள முடிவு செய்யப்பட்டது. காந்தியின் அஹிம்சை, பெருத்த அளவிலான இந்தப் பிரச்சினையைச் சமாளிக்க இயலவில்லை. பஞ்சாபில் நடந்த ஹிம்சையை அஹிம்சையால் தடுக்க இயலவில்லை. மதச்சார்பின்மை மற்றும் அஹிம்சை என்ற உன்னதமான வழிமுறைகளால் உன்னதமான சுதந்திர நாடு என்ற நோக்கத்தை அடைவோம் என்று பெருமிதம் கொண்டிருந்த காங்கிரசுக்கு, தேசப்பிரிவினையும் அதைத்தொடர்ந்து எழுந்த வகுப்புவாதமும், தமது போராட்டத்தின் வருந்தத்தக்க இறுதி அத்தியாயம்.

பிரிவினைத் திட்டம், ஒன்றுபட்ட இந்தியாவின் அடிப் படையில் அமைந்திருந்தது என்பதாலும் காங்கிரஸ்

தேசப்பிரிவினைக்கு ஒத்துக்கொண்டது. பிரிக்கப்படாத இந்தியாவையே மவுண்ட்பேட்டன் விரும்பினார் என்பதைக் காங்கிரஸ் தலைவர்கள் அறிந்திருந்தார்கள். காமன்வெல்த் அமைப்பில் பாகிஸ்தான் அங்கம் வகித்து, இந்தியா பங்கேற்காமல் போய்விட்டால் அது இந்தியாவைப் பாதிக்கும் என்று நம்பினார்கள். எனவே, தற்காலிக டொமினியன் அந்தஸ்துக்கு ஒத்துக் கொண்டார்கள்; 1948 ஜூன் வரை கவர்னர் ஜெனரலாக இருக்குமாறு மவுண்ட் பேட்டனைக் கேட்டுக் கொண்டனர். தேசப்பிரிவினையும் விரைவான அதிகாரக் கைமாற்றமுமே வகுப்புவாத வன்முறையைக் கட்டுப் படுத்த மிகச் சிறந்தவை என்று காங்கிரசுக்குத் தோன்றியது. பிரிட்டிஷ் அரசு வன்முறையைக் கட்டுப்படுத்த இயலவில்லை. புதிய அரசுகள் நிர்வாகப் பொறுப்பேற்றுக் கொண்டால் பழைய கசப்புணர்வுகள் மறையலாம்.

மே இறுதி வாக்கில், தேசப்பிரிவினை அநேகமாக முடிவாகிவிட்ட விஷயம் என்ற நிலையில், அதிகாரக் கை மாற்றத்துக்குத் தேதி குறிப்பதுதான் மீதமிருந்தது. மவுண்ட் பேட்டனும் விரைவாக அதிகாரக் கைமாற்றம் செய்யவே விரும்பினார்; ஏனென்றால், அதன்பின் ஒருவேளை காங்கிரஸ், காமன்வெல்த்-இல் சேரலாம். முக்கியமாக, இந்திய அரசியல் கட்சிகள் நிர்வாகப் பிரச்சினை பற்றி அறிந்து கொள்ள முடியும். வகுப்புவாத வன்முறையும் கட்டுப்படுத்தப்படலாம்; அரசு இயந்திரத்தின் சீர்குலைவு தடுக்கப்படலாம்.

1947 ஏப்ரலில் பெதிக்-லாரன்ஸ் இடத்தில் இந்தியாவுக் கான அமைச்சராக நியமிக்கப்பட்ட லிஸ்டோவல் பிரபுவுக்கு ஜூன் 3ஆம் நாள் எழுதிய கடிதத்தில், பிரிட்டிஷ் ஆட்சியை 1947 ஆகஸ்ட் 15உடன் முடித்துக்கொள்ள விரும்புவதாக மவுண்ட்பேட்டன் குறிப்பிட்டார். அவரது இந்த முடிவுக்கு நிர்வாகக் காரணங்களே வழிகோலின என்று கருத இரண்டு சான்றுகள் இருக்கின்றன. பலப்பிரயோகத்தால் மட்டுமே பஞ்சாபில் சட்டம் ஒழுங்கைப் பராமரிக்க முடியும் என்று ஏப்ரல் துவக்கத்தில் ஜென்கின்ஸ் ஆலோசனை வழங்கி இருந்தார். ஆனால், இந்த அதிகாரத்தை அடைவதற்காக பிரிட்டிஷ் அதிகாரிகளும் இந்திய இராணுவமும் 'அதிகாரத்தில் இருக்கும் இனத்துக்காக' பஞ்சாபை வெற்றி

கொள்ள வேண்டியிருக்கும். நிர்வாகம் தேர்ந்தெடுக்கப்படாத அமைப்பாக இருக்கும்; இது குறுகிய காலத்துக்கு மட்டுமே செல்லுபடியாகும்; பஞ்சாபைக் குழப்பபூமி ஆக்கிவிடும்.

அதிகாரக் கைமாற்றத்துக்கு ஒரு ஆண்டுக்குப் பிறகு, '1947 மார்ச் 22 முதல் ஆகஸ்ட் 15 வரை—இறுதி அரசப் பிரதி நிதியின் பதவிக்கால இரகசிய அறிக்கை' என்ற நூலில், எதுவரை இடைக்கால அரசை நடத்த முடியும் என்ற கணிப்பு தான் தனது முடிவுக்கு முக்கியக் காரணம் என்று மவுண்ட் பேட்டன் குறிப்பிடுகிறார். அரசு மேலும் ஒரு மாதம் பதவியில் இருந்தாலும் எதாவது ஒரு தரப்பு பதவி விலகி விடுவதைத் தவிர்ப்பது இயலாததாகிவிடும் என்பதற்கான அறிகுறிகள் நாள்தோறும் வளர்ந்து வந்தன. இந்தப் பதவி விலகல் காரணமாக எழும் குழப்பம், தேசப்பிரிவினைத் திட்டத்தை வெற்றிகரமாகச் செயல்படுத்துவதைப் பாழாக்கி விடும். ஆகஸ்ட் அதிகாரக் கைமாற்றம் தேசப்பிரிவினைத் தீர்வில் உள்ளார்ந்து இருந்தது.

அரசியல் மற்றும் நிர்வாகத் தேவைகள் தேசப்பிரிவினை யைத் தீர்மானித்ததால், பிரிட்டிஷ்காரர்கள் இந்தியாவுடன் எந்தப் பாதுகாப்பு ஒப்பந்தமும் பெறவில்லை; காமன்வெல்த்-இன் பாதுகாப்பு ஆபத்தில் இருந்தது.

லீக் மட்டும் தான் விரும்பியதை — இறையாண்மை கொண்ட பாகிஸ்தானை அடைந்தது. மவுண்ட்பேட்டனின் ஜூன் 3ஆம் நாள் கடிதம் ஜின்னாவுக்கு மகிழ்ச்சியளித்தது என்பது வெளிப்படையாகத் தெரிந்தது. பிரிட்டிஷ் இந்தியாவிலிருந்து பிறந்த இரண்டு நாடுகளுக்குமே மவுண்ட் பேட்டன் கவர்னர் ஜெனரலாக இருப்பாரா என்பது அடுத்த கேள்வி. இந்தியா தற்காலிக டொமினியன் அந்தஸ்தை ஏற்றுக் கொள்வது என்று முடிவு எடுக்குமுன்பு வரை, மவுண்ட் பேட்டன்தான் பாகிஸ்தானின் கவர்னர் ஜெனரல் என்று லீக் விருப்பமாக இருந்தது. ஆனால் இந்தியா காமன்வெல்த் அமைப்பில் சேரும் என்று தெரிந்த பிறகு ஜின்னா இந்த விஷயத்தில் மௌனம் காட்டினார். மவுண்ட்பேட்டன் ஒன்றுபட்ட இந்தியாவை விரும்பினார் என்பது அவருக்கும் தெரியும்; காங்கிரசுக்கும் தெரியும். மவுண்ட்பேட்டனை இந்தியாவின் கவர்னர் ஜெனரலாக இருக்குமாறு காங்கிரஸ்

கேட்டுக் கொண்டதற்கு அதுவும் ஒரு காரணம். அதே காரணத்துக்காக ஜூலை 4ஆம் நாள், தாமே பாகிஸ்தானின் கவர்னர் ஜெனரலாக இருக்க விரும்புவதாக ஜின்னா மவுண்ட் பேட்டனிடம் தெரிவித்தார். "எனது நிலையிலிருந்து (பார்த்தால்) நான்தான் ஆலோசனைகள் வழங்குவேன், மற்றவர்கள் அதைச் செயல்படுத்துவார்கள்" என்றார். அவரது இந்தக் கருத்தை மாற்றுவதில் மவுண்ட் பேட்டன் தோல்வி யுற்றார். கடைசியிலும் ஜின்னா தாம் விரும்பியதை அடைந்து விட்டார் என்று அவருக்குத் தெரியும். பாகிஸ்தானின் கவர்னர் ஜெனரலாக ஜின்னா பொறுப்பேற்பதை மாற்ற முடியவில்லை என்பது, இரு டொமினியன்களுக்கும் இடையேயான இணைப்பு பற்றிய எந்த நம்பிக்கையையும் தகர்த்தது. ஜின்னா திட்டமிட்ட படி இந்தியா, பாகிஸ்தான் இரண்டுமே உடன்படிக்கை தவிர வேறு எந்த வகையிலும் தொடர்பில்லாத இறையாண்மை கொண்ட தனித்தனி நாடுகளாக இருக்கும் என்பதற்கு வழிவகுத்தது.

12

நிறைவுரை

மவுண்ட் பேட்டன் லிஸ்டோவலுக்கு அறிக்கை எழுதிய 1947 ஜூன் 3க்கும் அதிகாரக் கைமாற்றத்துக்கு மவுண்ட் பேட்டன் குறித்த தேதியாகிய 1947 ஆகஸ்ட் 15க்கும் இடையே, இந்தியா துண்டாடப்பட வேண்டுமா என்று தீர்மானிக்க முஸ்லீம் பெரும்பான்மை மாகாணங்களின் சட்டசபைகளின் வாக்கெடுப்பும், வடமேற்கு எல்லைப்புற மாகாணத்தில் மக்கள் கருத்துக் கணிப்பும்தான் மீதமிருந்தன. வங்காளத்தின் முஸ்லீம் அல்லாத சட்டசபை உறுப்பினர்கள் 58க்கு 21 என்ற வாக்கு வித்தியாசத்தில் மாகாணம் துண்டாடப்பட வேண்டும், அரசமைப்புப் பேரவையில் அது இடம்பெற வேண்டும் என்று தீர்மானித்தனர். முஸ்லீம் சட்டசபை உறுப்பினர்கள், 106க்கு 35 என்ற வாக்கு வித்தியாசத்தில், மாகாணத்தைத் துண்டாடக்கூடாது என்று தீர்மானித்தார்கள். இருவரில் ஏதாவது ஒரு பிரிவினர் சாதாரண பெரும்பான்மை வாக்குகளில் தீர்மானித்தாலும் மாகாணம் துண்டாடப்பட வேண்டும் என்பது ஜூன் 3 தேதியிட்ட அறிக்கையின் பத்தி 6-இன் விதி. எனவே முஸ்லீம் அல்லாத சட்டசபை உறுப்பினர்களின் வாக்குகள்தான் வங்காளம் துண்டாடப்படக் காரணமாக அமைந்தது. பஞ்சாபிலும் முஸ்லீம் அல்லாத சட்டசபை உறுப்பினர்களின் வாக்குகள் மாகாணம் துண்டாடப்படக் காரணமாக அமைந்தன. சிந்து மாகாண சட்டசபை, 30க்கு 20 என்ற வாக்கு வித்தியாசத்தில் ஒரு புதிய அரசமைப்புப் பேரவையில் சேர்வது என்று முடிவு செய்தது. வடமேற்கு எல்லைப்புற மாகாணத்தில் கருத்துக் கணிப்புக்கு எதிரான மாகாண காங்கிரசின் பகிஷ்காரம், லீக் 50.49 சதவீத வாக்குகளைப் பாகிஸ்தானுக்கு ஆதரவாகப் பெற உதவியது.

முஸ்லீம் பெரும்பான்மை மாகாணங்களின் சட்ட சபையிலிருந்த மக்கள் பிரதிநிதிகளின் வாயிலாக வெளிப் பட்ட இந்திய மக்களின் கருத்தின் அடிப்படையிலேயே இந்தியா துண்டாடப்பட்டது என்று மவுண்ட்பேட்டன் அறுதியிட்டுக் கூறினார். இந்துக்களுக்கும் முஸ்லீம்களுக்கும் இடையே வகுப்புவாத வேறுபாடுகள் இருந்ததால்தான் தேசப்பிரிவினை தவிர்க்க இயலாமல் ஆகிவிட்டது என்று இந்த மக்கள் விருப்பம் காட்டுகிறதா? இல்லை என்பதுதான் இந்தக் கேள்வியின் விடை. இந்திய சமுதாயத்தில், சமய அடிப்படையில் சில வேறுபாடுகள் இருந்தன என்பது உண்மைதான். ஆனால் ஒரே வர்க்கத்தைச் சேர்ந்த, ஒரே இடத்தில் குடியிருந்த இந்துக்களுக்கும் முஸ்லீம்களுக்கும் இடையே தமது சமயத்தைச் சேர்ந்த பிற வர்க்கத்தினரிடம் இருந்ததைவிட அதிகமான ஒற்றுமைப் பண்புகள் இருந்தன. வர்க்கம், ஜாதி, பழங்குடித் தன்மை போன்ற பல வேறு பாடுகளுடன் சமய வேறுபாடும் இருந்தது; அவற்றையும் மீறி, தேசப்பிரிவினை தவிர்க்க இயலாதது என்று ஆக்குமளவுக்கு, சமய உணர்வுகள் அரசியலாக்கப்படத் தொடங்கியது எப்போது என்பதுதான் கேள்வி.

1940 மார்ச் முதல் இறையாண்மை கொண்ட முஸ்லீம் நாடு பற்றிய கோரிக்கையுடன் முஸ்லீம் லீகின் எழுச்சியிலும், அது முஸ்லீம் மாகாணங்களில் திரட்டிய ஆதரவிலும் இந்தக் கேள்விக்கான விடையின் ஒரு பகுதி கிடைக்கும். முஸ்லீம் லீகின் வளர்ச்சிக்கும் அதன் வகுப்புவாத ஆதரவை உறுதிப் படுத்தவும் துணை புரிந்த பிரிட்டிஷ்காரர்கள் மற்றும் காங்கிரஸ் நடவடிக்கைகளில், விடையின் இன்னொரு பகுதி கிடைக்கும். மேலும், பிரிட்டிஷ் சாம்ராஜ்யத்தின் சிதைவு தொடர்பான சூழல்களும், முஸ்லீம் அரசியல் ஒருமைப் பாடும், சமயம் சார்ந்த நாட்டின வாதத்துக்கான லீகின் அழைப்பும் இதற்குப் பங்களிப்புச் செய்திருக்கலாம்.

அதிகாரக் கைமாற்றத்தின் அபரிமிதமான செலவினால் வருத்தமுற்று, பிரிட்டிஷ்காரர்களும் இந்தியர்களும் அடிக்கடி பிரிவினை இல்லாத சுதந்திரம் பற்றி விவாதித்திருக்கிறார்கள். "தேவையற்ற தேசப்பிரிவினை" விவாதத்தில் இரண்டு முக்கிய கருத்தோட்டங்கள் உண்டு. முதலாவது, நேருவின் கொள்கைப்

பிடிவாதமும் ஆணவமும் 1937இல் ஐக்கிய மாகாணத்தில் முஸ்லீம் லீகுடன் கூட்டணி ஆட்சி நடத்தும் வாய்ப்பை தட்டிக்கழிக்கச் செய்தது. 1937 தேர்தலில் மாகாண சட்டசபையில் பெரும்பான்மை பெற்ற நேருவின் தலைமையில் இருந்த காங்கிரஸ், லீகுடன் அமைச்சரவை அதிகாரத்தைப் பகிர்ந்து கொள்ள மறுத்தது. இதனால் மனக்கசப்படைந்த லீகினரை, மேலாண்மைப் போக்கு கொண்ட காங்கிரசுடன் ஒத்துப்போவது இயலாது என்று மனமாற்றம் செய்ய முடிந்தது; 1940 மார்ச்சில் இறையாண்மை கொண்ட பாகிஸ்தான் கோரிக்கையை ஆதரிக்க வைக்க முடிந்தது.

இதன் பிறகும்கூட, தேசப்பிரிவினையைத் தவிர்த்திருக்க இயலும் என்று நேருவின் எதிர்ப்பாளர்கள் கூறுகிறார்கள். தொழிற்கட்சியின் அமைச்சரவைத் தூதுக்குழுத் திட்டம் 1946 மார்ச்சில் ஒன்றுபட்ட இந்தியா அடைவதற்கு ஒரு வாய்ப்பை லீகுக்கும் காங்கிரசுக்கும் அளித்தது. இந்து மற்றும் முஸ்லீம் பெரும்பான்மை மாகாணங்களின் குழுக்கள் ஒரு மைய அரசின் கீழ் செயல்படும் என்ற ஏற்பாடு இருந்தது. இந்தக் குழுப்படுத்தும் திட்டத்துக்கு லீக் ஒப்புதல் கொடுத்தது. ஆனால் நேரு இதற்குத் தன் எதிர்ப்பை தெளிவாக வெளிப்படுத்தினார். ஒன்றுபட்ட இந்தியாவில் எந்த அரசாங்கத்திலும் காங்கிரஸ்தான் ஆதிக்கம் செலுத்தும் என்ற லீகின் எண்ணம் மீண்டும் உறுதிப்பட்டது. நேருவுடன் காங்கிரஸ் காரியக் கமிட்டியில் உறுப்பினராக இருந்த மௌலானா அபுல் கலாம் ஆஸாத், நேரு எதிர்ப்பாளர். இதனால், தேவையற்ற தேசப் பிரிவினை பற்றிய வாதங்களில், அரசியல் முறிவுகளுக்கு தொடர்ந்து நேரு குற்றம் சாட்டப்பட்டு வருகிறார்.

அந்த மனிதர் இறந்து 42 ஆண்டுகள் ஆனபிறகு நேருவைக் குறை சொல்லும் பொழுதுபோக்கு எளிதாக இருக்கலாம். சொல்லப்போனால் லீகுக்கும் காங்கிரசுக்கும் இடையே இருந்த அடிப்படை வேற்றுமை பிரிட்டிஷ் ஆட்சியைப் பற்றிய அவர்கள் கருத்திலும் சுதந்திர இந்தியா பற்றிய அவர்களது தொலைநோக்கிலும்தான் இருந்தது. இந்த உட்பிளவு 1937 மற்றும் 1946 அரசியல் பேரப் பேச்சுக்களில் மேலும் ஆழமானது; ஆனால் இந்த உட்பிளவு மட்டுமே பிரிவினைக்கு வழிவகுக்கவில்லை. அதற்கான காரணங்கள்

மேலும் சிக்கலானவை: பிரிட்டிஷ்காரார்களின் தந்திரங்கள் மற்றும் உத்திகள்; முஸ்லீம் பொதுமக்கள் ஆதரவைப் பெறுவதில் காங்கிரஸ் தவறியது; காங்கிரஸ் மற்றும் பிரிட்டிஷ்காரர்களின் ஏனோதானோ போக்குகள், இவற்றுக்கு எதிராக இறையாண்மை கொண்ட பாகிஸ்தானைப் பெறும்வரை அவர்களது பலவீனங்களைப் பயன்படுத்திக்கொண்ட ஜின்னாவின் சாதுர்யம் எனப்பல காரணங்கள்.

இந்துக்களுக்கும் முஸ்லீம்களுக்கும் வகுப்புவாரி பிரதிநிதித்துவம் கொண்ட மாகாணங்களுக்கான தேர்தல் முறையில், 1937இல் இந்தியா முழுவதிலுமிருந்த முஸ்லீம் வாக்குகளில் லீக் 4.8 சதவீத வாக்குகளே பெற்றது. முஸ்லீம் பெரும்பான்மை இருந்த எந்த மாகாணத்திலும் அரசமைக்கும் நிலையில் லீக் இல்லை; அங்கெல்லாம் மாகாணக் கட்சிகள் தான் மகத்தான வெற்றி பெற்றன. முஸ்லீம்களுக்காக ஒதுக்கிய தொகுதிகளில்கூட லீக் மக்களை ஈர்க்க முடியவில்லை.

ஐக்கிய மாகாணத்தில் கூட்டணி அரசு அமைப்பது பற்றி கோவிந்த வல்லப பந்த் தலைமையில் காங்கிரசும், சௌத்ரி கலிகுஸ்ஸமானும் பேச்சு வார்த்தை நடத்தினர். இந்தப் பேரப் பேச்சுகளை ஜின்னா தொடக்கத்திலிருந்தே எதிர்த்தார்; பெரும்பாலான மாகாண லீகினரைத் தம் பக்கத்தில் வைத்திருந்தார். இந்தப் பேச்சு வார்த்தைகள் பற்றி நேருவுக்குத் தாமதமாகத்தான் தெரிய வந்தது. கூட்டணிக்குப் பொதுவான ஒரு திட்டம் இருக்க வேண்டும் அல்லது உடன்படிக்கைக்கு ஏதாவது அடிப்படை இருக்க வேண்டும் என்று அவர் நியாயமாகச் சிந்தித்தார். ஆனால், 1935 சட்டத்தை எதிர்ப்பதில் காங்கிரசுக்குத் துணை நிற்பதும் பிரிட்டிஷ்காரர்கள் விரும்பாத எதையும் செய்வதும் மாகாண லீகினால் முடியாது எனபதை கலிகுஸ்ஸமான் தெளிவு படுத்தினார். இந்த நிலையை உறுதிப்படுத்தி ஐக்கிய மாகாண லீக் ஒரு தீர்மானம் நிறைவேற்றியது.

இந்தப் பேச்சு வார்த்தைகளின் வெற்றி, லீக்தான் முஸ்லீம்களின் 'உண்மையான' ஒரே பிரதிநிதி என்று சொல்லிக் கொண்டிருந்த ஜின்னாவை அந்தரத்தில் தொங்க விட்டுவிடும் என்பதால் அவர் இதை எதிர்த்தார். எனவே 1940இல் இறையாண்மை கொண்ட பாகிஸ்தான் கோரிக்கை

எழுந்ததற்கு இந்தப் பேச்சு வார்த்தைகளின் தோல்வி காரணமாக இருக்கமுடியாது.

முஸ்லீம் லீக் தொகுதிகளில் காங்கிரசின் சாதனை லீகைவிட மோசமாகத்தான் இருந்தது; ஆனால் தனது நிலைமையை சீர்படுத்த அது முஸ்லீம் மக்கள் தொடர்புத் திட்டத்தை 1937இல் தொடங்கியது. இந்தத் திட்டத்தின் வெற்றி லீகின் அரசியல் சகாப்தத்தை முடித்திருக்கும். எனவே காங்கிரஸ் இந்துக்கள் விஷயத்தோடு நிறுத்திக் கொள்ள வேண்டும் என்று ஜின்னா அறிவுறுத்தினார். அவரது இந்தக் கோரிக்கைகூட காங்கிரசுக்கும் முஸ்லீம் லீகுக்கும் இடையேயான ஒரு முக்கியமான வேறுபாட்டையும், இந்தியா பற்றிய அவர்களது கண்ணோட்டங்களையும் காட்டுகிறது. ஒரு வகுப்புவாதக் கட்சியாக மாற காங்கிரஸ் மறுத்தது; லீக், இந்து மஹா சபை இரண்டையுமே வகுப்புவாத அமைப்புகள் என்று 1938இல் வர்ணித்தது. காங்கிரசின் சமயச்சார்பற்ற தன்மையும், அனைத்து வகுப்பினரையும் பிரதிநிதித்துவம் செய்வதாகக் கூறிக் கொண்டதும்தான் அடிப்படை விஷயம்.

1937 மாகாணத் தேர்தலில் பெரும்பான்மை முஸ்லீம் வாக்குகளைப் பெறத்தவறிய பிறகு, ஒரு தனிநாட்டுக்கு முஸ்லீம்கள் ஆதரவைப் பெறுவதுதான் அரசியலில் பிழைத்திருக்க ஒரே வழி என்று ஜின்னா அறிந்தார். இந்தக் கணக்குதான் 1940 மார்ச்சுக்குப் பிறகு இறையாண்மை கொண்ட முஸ்லீம் நாடு – பாகிஸ்தான் என்ற அடிப்படையில் முஸ்லீம்களை ஒன்று திரட்டும் முயற்சியின் பின்னணியாக இருந்தது. பிரிட்டிஷ்காரர்கள் அவருக்குத் துணை வந்தார்கள். இரண்டாவது உலகப் போர் 1939 அக்டோபரில் தொடங்கிய பின் காங்கிரசுக்கு எதிர்ப்புச் சக்தியாக அவர் தேவைப் பட்டதால், மிகச்சிறிதளவே மக்களாதரவு கொண்டிருந்த அவரைப் பிரிட்டிஷ்காரர்கள் முஸ்லீம்களின் ஒரே தலைவர் என்று அங்கீகரித்தார்கள்.

மனஉறுதி கொண்ட ஜின்னா, 1945-46 குளிர்காலத்தில் நடந்த தேர்தலில், இறையாண்மை கொண்ட பாகிஸ்தான் என்ற வாக்குறுதியின் அடிப்படையில் முஸ்லீம்களிடையே பிரச்சாரம் செய்து லீகின் இந்த உரிமைக் கோரிக்கையை நிஜமாக்கினார். இந்த உத்தி பலித்தது. தேர்தலில் 80

சதவீதத்துக்கும் அதிகமான வாக்குகளை லீக் வென்றது. முஸ்லீம் பெரும்பான்மை மாகாணங்களில் காங்கிரஸ் மீண்டும் மோசமாக நின்றது. முஸ்லீம்களை அகில இந்திய சிறுபான்மையினர் என்று அங்கீகரித்து, முஸ்லீம் சிறு பான்மை மாகாணங்களில் அது சிறுபான்மையினர் துறையை அமைத்திருந்தது. பாகிஸ்தான் விஷயம் தீர்மானிக்கப்பட இருக்கும் முஸ்லீம் பெரும்பான்மை மாகாணங்களில் அதற்கு சிறுபான்மையினர் துறை இருக்கவில்லை. பாகிஸ்தானின் முதுகெலும்பாக இருந்த முஸ்லீம் பெரும்பான்மை மாகாணங் களில் முஸ்லீம் வாக்குகளைப் பெற இது காங்கிரசுக்கு ஒரு உளவியல் தடையாக இருந்திருக்கலாம். இவ்வாறாக முஸ்லீம் பெரும்பான்மையினராக இருந்த மாகாணங்களில் அது அவர்களுக்கு தனது சமயச்சார்பற்ற தன்மையை தெளி வாக்கவே இல்லை, வழக்காடாமலே தோல்வியடைந்தது.

இப்படி இருந்தும், அனைத்து முஸ்லீம் மாகாணங் களிலும் தானாகவே அரசமைக்கப் போதுமான வாக்குகளை லீக் பெறவில்லை. சான்றாக பஞ்சாபில், கிஸர் ஹயாத் கான் டிவானா தலைமையில் யூனியனிஸ்டுகள் லீக் இல்லாமல் அரசமைத்தனர்.

இந்தப் பின்புலத்தில்தான் 1946 மார்ச்சில், அதிகாரக் கைமாற்றம் பற்றிய பேச்சு வார்த்தைகளை பிரிட்டிஷ்காரர்கள் காங்கிரசுடனும் லீகுடனும் தொடங்கினார்கள்.

காங்கிரசின் தலைமையிலான மக்கள் இயக்கத்துக்கு எதிராகத் தாக்குப்பிடிக்க முடியாது என்பதை இரண்டாம் உலகப்போரின் முடிவில் பிரிட்டிஷ்காரர்கள் தெரிந்து கொண்டனர். சொல்லப்போனால், 1946 தொடக்கத்தில், அப்போது அரசப்பிரதிநிதியாக இருந்த வேவல் பிரபு, 1948 ஜூன் வாக்கில் பிரிட்டிஷ்காரர்கள் இந்தியாவை விட்டு வெளியேற வேண்டும் என்று தொழிற்கட்சி அமைச்சரவைக்கு அறிவுரை வழங்கி இருந்தார். இந்திய விடுதலையை நிரந்தர மாகத் தள்ளிப்போட விரும்பிய தொழிற்கட்சி அரசு, அவர் பெரிதும் தோல்வி மனப்பான்மை கொண்டவர் என்று கருதியது. குறைந்த பட்சம் அதிகாரக் கைமாற்றத்தை ஒரு சாதனையாகவாவது பிரிட்டிஷ்காரர்கள் காட்டிக்கொள்ளக் கூடாதா என்று தொழிற்கட்சி அரசு கேட்டது.

காங்கிரசுக்கு இருந்த நோக்கம் போல, ஒன்றுபட்ட இந்தியாவுக்கு அதிகாரக் கைமாற்றம் செய்வது பிரிட்டிஷ்காரர்களின் இறுதி நோக்கம் அல்ல. பிரிக்கப்படாத சுதந்திர இந்தியாவை, சாம்ராஜ்யத்தின் பாதுகாப்பு அமைப்பில் வைத்துக் கொள்ளவும், இந்திய இராணுவத்தையும் பொருளாதார வளங்களையும் இராணுவ நோக்கங்களுக்குப் பயன்படுத்திக் கொள்ளவும் பிரிட்டிஷார் விரும்பினார்கள். இதுதான் அவர்கள் பாகிஸ்தானுக்கு எதிராக இருந்ததன் காரணம். இந்த ஏற்பாட்டுக்கு காங்கிரஸ் எதிர்ப்புத் தெரிவிக்கலாம் என்று எதிர்பார்த்த வேவல், அதிகாரக் கைமாற்றம் நிகழ்வதற்கு முன்பே பிரிட்டிஷ்காரர்களின் இராணுவ நலன்கள் ஒப்பந்த வாயிலாக உறுதி செய்யப்பட வேண்டும் என்று 1944 பிப்ரவரியிலேயே குறிப்பிட்டார். பிரிட்டிஷ்காரர்களின் இராணுவ சக்தியைப் பராமரிக்க உறுதி அளிக்கும் பாதுகாப்பு ஒப்பந்தம் சுதந்திரத்துக்கு ஒரு முன்நிபந்தனையாக இருக்கும் என்பது இந்தியக் கட்சிகளுக்குத் தெரியாது.

இதனால் அமைச்சரவைத் தூதுக்குழுவின் பேரப்பேச்சில் ஈடுபட்டிருந்த மூன்று தரப்பினரும் ஒருவருக்கொருவர் முரணாகச் செயல்பட்டுக் கொண்டிருந்தனர். லீக்: தேசப் பிரிவினைக்காக; காங்கிரஸ்: ஒருங்கிணைந்த சுதந்திர இந்தியாவுக்காக; பிரிட்டிஷ்காரர்கள்: காங்கிரஸ்–லீக் வேறுபாட்டைப் பயன்படுத்தி தமது ஏகாதிபத்திய சக்திக்கு இராணுவ ஒப்பந்தம் பெறுவதற்காக.

பாதுகாப்பு, வெளியுறவு இவற்றுக்குப் பொறுப்புடைய ஒரு மைய அரசையும் மூன்று குழுக்களான மாகாணங்களையும் 1946 மே 16 தேதியின் தூதுக்குழுத் திட்டம் கருத்தில் கொண்டிருந்தது. ஒவ்வொரு பிரிவினரும் தத்தமது அரசமைப்பைத் தாமே ஏற்படுத்திக் கொள்ளலாம், தூதுக் குழுவின் திட்டத்துக்கேற்ப அரசமைப்புச் சட்டம் உருவான பின்னரே அதிகாரம் கைமாற்றம் செய்யப்படும் என்று தனிப்பட்ட உரையாடல்களில் பிரிட்டிஷ்காரர்கள் லீகுக்கு அறிவித்தனர். அதாவது பிரிட்டிஷ்காரர்கள் மேற்பார்வையில் பாகிஸ்தான் உருவாகும் என்பதுதான் இதன் பொருள்.

இதற்கு நேர்மாறாக, அரசமைப்புப் பேரவை இறையாண்மை கொண்ட ஒரு அமைப்பு என்று காங்கிரஸ்

தலைவர்களுக்குச் சொல்லப்பட்டது. லீக்-காங்கிரஸ் இரு தரப்புக்கும் பிரிட்டிஷ்காரர்கள் மாறுபட்ட வாக்குறுதிகளை வழங்கி இருக்கிறார்கள் என்பது சொல்லப்படவே இல்லை. எனவே அவர்கள் வெவ்வேறு ஊகங்களுடன் பேரம் நடத்தினார்கள்.

அரசமைப்புப் பேரவையின் இறையாண்மையை நேரு வலியுறுத்தினார். நேருவின் அறிவிப்பு பற்றி பிரிட்டிஷ் காரர்கள் மௌனம் சாதித்ததில் ஜின்னாவுக்கு வருத்தம். இதற்கெல்லாம் மேலாக கிரிப்ஸூம் பெதிக்-லாரன்சும், இந்திய அரசியல் கட்சிகளை அரசமைப்புப் பேரவைக்குள் கொண்டு வருவது *மட்டும்தான்* பிரிட்டிஷ்காரர்கள் நோக்கம் என்று 1946 ஜூலை 17 அன்று பிரிட்டனின் மக்களவைக்கு அறிவித் தார்கள். காங்கிரஸ் இல்லாமல் மேலே செல்ல பிரிட்டிஷ் காரர்கள் விரும்பவில்லை என்பதை லீக் உணர்ந்தது. மே 16 அன்று அவர்கள் லீகுக்குக் கொடுத்த வாக்குறுதி பொரு ளற்றுப் போனது. மேலும், மைய அரசில் சமத்துவத்தை நிராகரித்ததன் மூலம் பிரிட்டிஷ்காரர்கள் ஒன்றுபட்ட இந்தியாவை ஏற்றுக் கொண்டனர் என்று பொருள் பட்டது.

லீகுக்கு வாக்களித்த விதத்தில் அமைச்சரவைத் தூதுக் குழுத் திட்டத்தை பிரிட்டிஷ்காரர்கள் நிறைவேற்ற மாட் டார்கள், லீகுக்குப் பாகிஸ்தான் கிடைக்காது என்பது ஜின்னாவுக்குத் தெரிந்தவுடன், அவர் நேரடி நடவடிக்கை எடுக்குமாறு முஸ்லீம்களை வற்புறுத்தினார்.

நேரடி நடவடிக்கையும் நிர்வாக முறிவும்

நேரடி நடவடிக்கை வங்காளம், பீஹார் மற்றும் பஞ்சாபில் பரவலான வகுப்புவாதக் கலவரங்களைத் தூண்டிவிட்டது. பல்வேறு காரணங்களால் தமது அரசு வன்முறையை அடக்க இயலவில்லை என்பதை பீஹார் ஆளுநர் ஒப்புக்கொண்டார்: வகுப்புவாத வன்முறையால் பாதிக்கப்பட்ட கிராமங்கள் சாலைகளால் அணுக முடியாதிருந்தன. வங்காளத்தில் வன்முறையை ஏற்பாடு செய்வதில் லீக் அமைச்சரவைக்குப் பங்கிருந்தது. 1946 ஆகஸ்டுக்குப் பிறகு வகுப்புவாதம் பல்லாயிரக் கணக்கில் உயிரிழப்புகளை ஏற்படுத்தியது. இது தாங்க முடியாத அளவுக்கு இருந்தது. ஒரு சில கலவரங்கள்

நிறைவுரை

இந்த நிலையை ஏற்படுத்தி இருக்க முடியாது. பிரிட்டிஷ் காரர்கள் தமது நிர்வாகத்தின் பலவீனத்தை உணர்ந்தனர்; தேசப்பிரிவினை 'தவிர்க்க இயலாதது' என்பது உடனடியாகத் தெரிந்தது.

இதனால் இந்தியாவைவிட்டு 1948 ஜூன் வாக்கில் வெளியேறும் எண்ணத்தை தொழிற்கட்சி அரசு 1947 பிப்ரவரி 20 அன்று அறிவித்தது. ஆனால் 1947 மார்ச்சில் மவுண்ட்பேட்டன் அரசப் பிரதிநிதியாகப் பதவி ஏற்கும் முன்னரே பஞ்சாபில் வன்முறை வெடித்தது. தேசப் பிரிவினைக்கு எதிராக ஜின்னாவைக் கருத்து மாற்றம் செய்ய முயன்ற மவுண்ட்பேட்டன் தோல்வியுற்றார். 1947 மார்ச்-ஏப்ரலில் பஞ்சாபில் வகுப்புவாத வன்முறை தாண்டவமாடியதை அடுத்து, ஒருங்கிணைந்த இந்தியா என்ற கருத்தை, பிரிட்டிஷ் காரர்கள் வெளியேறிய பிறகு கண்மூடித்தனமான உள்நாட்டுப் போர் என்பதற்கு சமமாக ஆக்கிய ஒரு தலைவரைச் சம்மதிக்க வைப்பது சாத்தியமே இல்லை என்று மவுண்ட்பேட்டன் உணர்ந்தார். வன்முறையைக் கட்டுப்படுத்தத் தேவையான இராணுவ பலம் பிரிட்டிஷ்காரர்களிடம் இல்லை: பிரிட்டிஷ் துருப்புகள் ஐரோப்பாவில் தேவைப் பட்டதால் அங்கிருந்து துருப்புக்களை இந்தியாவுக்குக் கொண்டுவர முடியவில்லை.

நிலைமையை தெள்ளத் தெளிவாக உணர்ந்த மவுண்ட் பேட்டன், வகுப்புவாதப் போருக்கு பிரிட்டிஷ்காரர்கள் பொறுப்பாக்கப்பட்டு குற்றம் சாட்டப்படுவார்கள்; பேர் கெட்டுப்போகும்; 1947 ஆகஸ்ட் 15 வாக்கில் இந்தியாவை விட்டு வெளியேறினால்தான், வகுப்புவாதப் போரில் மாட்டிக் கொள்ளாமல் பிரிட்டிஷ்காரர்கள் தப்பமுடியும் என்று தொழிற்கட்சி அரசுக்கு அறிவுரை வழங்கினார்.

வரவிருக்கும் புதிய அரசுகளுடன் எந்த இராணுவ உடன்படிக்கையும் இல்லாமல், நிபந்தனையற்று சுதந்திரம் வழங்க வேண்டியிருக்கிறது என்பதால், மவுண்ட்பேட்டன் அறிவுரையை தொழிற்கட்சி அமைச்சரவை வேண்டா வெறுப்பாகத்தான் ஏற்றுக் கொண்டது.

ஜின்னா மட்டும்தான் தமக்கு என்ன வேண்டும் என்று அறிந்திருந்தார் – இறையாண்மை கொண்ட பாகிஸ்தான். பிரிட்டிஷ்காரர்களுக்கும் காங்கிரசுக்கும் இடையே இருந்த

வேறுபாடுகள் அவர்களை லீகுக்கு எதிராக இணைய விடாமல் தடுத்தன. பிரிட்டிஷ்காரர்களும் காங்கிரசும் இணைந்து செயல்பட்டிருந்தால் பேரப்பேச்சுகளில் அவர்கள் ஜின்னாவைத் தோற்கடித்திருக்க முடியும். பல ஆண்டுகளாகத் தமது முதல் எதிரியான காங்கிரசுக்கு எதிராக அவரைப் பயன் படுத்திய பிரிட்டிஷ்காரர்களுக்கு 1946-47இல் திடீரென்று அவருக்கு எதிராக காங்கிரசுடன் கைகோக்க முடியவில்லை. இது அரசியல் ரீதியாக சாத்தியமாக இருந்தாலும் உளவியல் ரீதியாக சாத்தியமில்லை.

1947 ஆகஸ்டில் நிர்வாக நிலைகுலைவுதான் பிரிட்டிஷ் காரர்களை இந்தியாவை பிரித்துவிட்டு வெளியேறத் தூண்டியது. காங்கிரசின் நல்லெண்ணத்துக்கு முஸ்லீம்களின் பெருவாரி ஆதரவு கிடைக்கவில்லை. காங்கிரஸ் தேசப் பிரிவினையை ஏற்றுக்கொண்டது, முஸ்லீம் பெரும்பான்மை மாகாணங்களில் அதற்குக் கட்டமைப்பு இல்லை என்பதையே காட்டுகிறது. முஸ்லீம் வாக்காளர்களிடையே செல்வாக்குப் பெறாமல் போனது காங்கிரசின் மிகப்பெரிய பலவீனம். பொதுமக்கள் ஆதரவுடன் அது முஸ்லீம் லீகை சிதறடித் திருக்க முடியும். அப்படி நடந்திருந்தால், தேசப் பிரிவினை இல்லாமல் விடுதலை பெறுவது சாத்தியமாகி இருக்கும்.

முஸ்லீம் பெரும்பான்மை மாகாணங்களில் காங்கிரசுக்கு போதுமான கட்டமைப்பு இல்லை என்பது, ஒரு சமயச் சார்பற்ற கட்சிக்கு அனைத்து வகுப்புகளின் பொதுமக்கள் ஆதரவும் அவசியம் என்பதையே காட்டுகிறது. வகுப்புவாத சக்திகளை அரசியல் ரீதியாகவும் தத்துவார்த்த ரீதியாகவும் தோற்கடிக்காததால் 1947இல் இந்தியா விடுதலைக்கு மிகப்பெரிய விலை கொடுக்க வேண்டி இருந்தது. 21ஆம் நூற்றாண்டில் இந்த விலைகொடுப்பதை நிறுத்த வேண்டும் என்று காங்கிரஸ் விரும்பினால், அது தனது சமயச்சார்பற்ற அடிப்படையை உறுதிப்படுத்தி வகுப்புவாத சக்திகளை நிரந்தரமாக நொறுக்க வேண்டும்.

Printed at : Salasar Imaging Systems, Noida